Discovering the Wonders of Classical Music
A Learners Adventure

శాస్త్రీయ సంగీత లోకంలో అద్భుతాలను కనుగొనడం: ఒక నేర్చుకునేవాడి సాహసం

Ravi Malhotra

Copyright © [2023]

Title: Discovering the Wonders of Classical Music A Learners Adventure

Author's: Ravi Malhotra

All rights reserved. No part of this publication may be reproduced, stored in a retrieval system, or transmitted in any form or by any means, electronic, mechanical, photocopying, recording, or otherwise, without the prior written permission of the publisher or author, except in the case of brief quotations embodied in critical reviews and certain other non-commercial uses permitted by copyright law.

This book was printed and published by [Publisher's: **Ravi Malhotra**] in [2023]

ISBN:

TABLE OF CONTENT

Chapter 1: Overture - The Orchestra Awaits   12

Dive into the fascinating world of classical music through the lens of a young learner embarking on their musical journey.

Introduce the orchestra, its instruments, and their unique voices.

Explore the different sections of the orchestra (strings, woodwinds, brass, percussion) and their roles in creating the music.

Include interactive activities like instrument matching games or listening quizzes to engage the reader.

Chapter 2: Melody & Harmony - Building the Blocks of Music   22

- Delve into the fundamental building blocks of classical music: melody and harmony.
- Explain musical notes, scales, and intervals in a clear and engaging way.
- Introduce basic music theory concepts like major and minor keys, chords, and cadences.
- Feature short, memorable classical pieces that showcase different melodic and harmonic elements.
- Encourage the reader to experiment with creating their own simple melodies and harmonies.

Chapter 3: Rhythm & Dynamics - The Pulse of the Music   32

- Explore the power of rhythm and dynamics in shaping the emotional impact of music.
- Introduce different rhythmic patterns and note values.
- Explain dynamic markings like piano, forte, crescendo, and decrescendo.
- Highlight famous classical pieces that are known for their rhythmic drive or dynamic contrasts.
- Encourage the reader to clap along, tap their feet, and experiment with playing different rhythms on simple instruments.

Chapter 4: From Scores to Stories - The Language of Music　　　　　　　　　　　39

Discuss the different ways composers use musical elements to tell stories and evoke emotions.

Introduce musical forms like the sonata, concerto, symphony, and opera.

Explain how composers use tempo, melody, harmony, and dynamics to create specific moods and atmospheres.

Feature famous classical pieces with strong narrative elements, like Tchaikovsky's "Swan Lake" or Beethoven's Fifth Symphony.

Encourage the reader to listen to different pieces with a focus on identifying the story the music is telling.

Chapter 5: Time Travel with Tunes - A Historical Adventure　　　　　　　　　　　52

Embark on a journey through different historical periods in classical music.

Introduce major composers from each era, like Bach, Mozart, Beethoven, Tchaikovsky, and Stravinsky.

Briefly discuss the musical styles and characteristics of each period (Baroque, Classical, Romantic, Modern, etc.).

Feature iconic pieces from each era that showcase the unique sound and spirit of the time.

Encourage the reader to explore the music of different eras and discover their own favorites.

Chapter 6: Beyond the Concert Hall - Music in Our Lives   63

- Discuss the diverse ways classical music is used and experienced beyond the concert hall.
- Explore the presence of classical music in movies, TV shows, video games, and commercials.
- Highlight the use of classical music in therapy, education, and relaxation techniques.
- Encourage the reader to find their own ways to incorporate classical music into their daily lives.

Chapter 7: Meet the Musicians - A Glimpse into the World of Performers   71

- Offer a glimpse into the lives and careers of classical musicians.
- Discuss the dedication, skill, and passion required to become a professional musician.
- Feature interviews with or profiles of different types of musicians (instrumentalists, singers, conductors).
- Encourage the reader to appreciate the artistry and talent of classical performers.

విషయ సూచిక

అధ్యాయం 1: ఓవర్చర్ - ఆర్కెస్ట్రా ఎదురుచూపులతో...

సంగీత ప్రపంచంలోకి ఒక యువ నేర్చుకునేవాడి ప్రయాణం ద్వారా మనం ప్రవేశిద్దాం.

ఆర్కెస్ట్రా, దాని వాయిద్యాలు, వాటి ప్రత్యేకతలను పరిచయం చేద్దాం.

స్ట్రింగ్స్, వుడ్విన్డ్స్, బ్రాస్, పెర్కషన్లతో సహా ఆర్కెస్ట్రా విభాగాలను వాటి పాత్రలను వివరిద్దాం.

వాయిద్యాల గేమ్లు, శ్రవణ క్విజ్లతో పాఠకులను ఆకట్టుకోవడానికి ఇంటరాక్టివ్ కార్యకలాపాలు చేద్దాం.

అధ్యాయం 2: రాగాల తీరాలు - సంగీతపు చిత్రలేఖనం

- శృతి, రాగం - సంగీత వాస్తువు యొక్క పునాదులను పరిశీలిద్దాం.
- స్వరాలు, స్థాయిలు, అంతరాలులను స్పష్టంగా, ఆసక్తికరంగా వివరిద్దాం.
- ప్రధాన, ఉప రాగాలు, తాళాలు, సంధానాలు వంటి ప్రాథమిక సంగీత సిద్ధాంతాలను పరిచయం చేద్దాం.
- వైవిధ్యమైన రాగాలను ప్రదర్శించే చిన్న, గుర్తుండే సంగీత రచనలను జోడించండి.
- పాఠకులకు సరళమైన రాగాలను సృష్టించడానికి ప్రోత్సహించండి.

అధ్యాయం 3: తాళం & గతి - సంగీతపు నాడి

- సంగీతంలో భావోద్వేగాన్ని రూపొందించడంలో తాళం, గతిల పాత్రను వివరిద్దాం.
- వివిధ లయ నమూనాలు, స్వర విలువలను పరిచయం చేద్దాం.
- పియానో, ఫోర్టే, క్రెసెండో, డిక్రెసెండో వంటి గతి గుర్తులను వివరిద్దాం.
- తమ లయ పద్ధతికి ప్రసిద్ధి చెందిన ప్రసిద్ధ సంగీత రచనలను హైలైట్ చేద్దాం.
- పాఠకులను కొట్టి, ట్యాప్ చేసి, సరళమైన వాయిద్యాలపై వివిధ లయలను వాయించడానికి ప్రోత్సహించండి.

అధ్యాయం 4: స్వరాల కథలు - సంగీత భాష

కథలు చెప్పడానికి, భావోద్వేగాలను రేకెత్తించడానికి సంగీతకారులు ఎలా వాయిద్యాలను ఉపయోగిస్తారో చర్చించండి.

సొనాటా, కచేరి, సింఫనీ, ఒపేరా వంటి సంగీత రూపాలను పరిచయం చేయండి.

స్వరకర్తలు ప్రత్యేకమైన మూడ్స్ మరియు వాతావరణాలను సృష్టించడానికి టెంపో, రాగం, హార్మోనీ, గతిలను ఎలా ఉపయోగిస్తారో వివరించండి.

చైకోవ్స్కీ యొక్క "స్వాన్ లేక్" లేదా బీథోవెన్ యొక్క ఐదవ సింఫనీ వంటి బలమైన కథాంశాలు కలిగిన ప్రసిద్ధ సంగీత రచనలను ప్రదర్శించండి.

సంగీతం చెప్పే కథను గుర్తించడానికి దృష్టి సారించి వివిధ రచనలను వినడానికి పాఠకులను ప్రోత్సహించండి.

అధ్యాయం 5: స్వరాల సాహసం - చరిత్ర గుండా ప్రయాణం

- శాస్త్రీయ సంగీతంలోని వివిధ చారిత్రక కాలాల గుండా ప్రయాణం చేయండి.
- బాచ్, మోజార్ట్, బీథోవెన్, చైకోవ్స్కీ, స్ట్రావిన్స్కీ వంటి ప్రతి యుగం నుండి ప్రధాన సంగీతకారులను పరిచయం చేయండి.
- ప్రతి కాలానికి సంబంధించిన సంగీత శైలులు మరియు లక్షణాలను (బరోక్, క్లాసికల్, రొమాంటిక్, మోడరన్, మొదలైనవి) సంక్షిప్తంగా చర్చించండి.
- ప్రతి యుగం యొక్క ప్రత్యేకమైన శబ్దం మరియు స్ఫూర్తిని ప్రదర్శించే ప్రతికాత్మక రచనలను ప్రదర్శించండి.
- వివిధ యుగాల సంగీతాన్ని అన్వేషించడానికి మరియు వారి స్వంత అభిమానాలను కనుగొనడానికి పాఠకులను ప్రోత్సహించండి.

అధ్యాయం 6: కచేరి హాల్ దాటి - మన జీవితాల్లో సంగీతం

కచేరి హాల్ దాటి వివిధ రకాలుగా శాస్త్రీయ సంగీతం ఎలా ఉపయోగించబడుతుందో, అనుభవించబడుతుందో చర్చించండి.

సినిమాలు, టీవీ షోలు, వీడియో గేమ్‌లు, ప్రకటనలలో శాస్త్రీయ సంగీతం ఉనికిని అన్వేషించండి.

థెరపీ, విద్య, విశ్రాంతి పద్ధతులలో శాస్త్రీయ సంగీతం ఉపయోగం గురించి హైలైట్ చేయండి.

శాస్త్రీయ సంగీతాన్ని వారి రోజువారీ జీవితంలో చేర్చడానికి పాఠకులను తమ స్వంత మార్గాలను కనుగొనడానికి ప్రోత్సహించండి.

అధ్యాయం 7: స్వర కళాకారులు - కళాకారుల లోకంలోకి చూపు

శాస్త్రీయ సంగీతకారుల జీవితాలు, వృత్తుల గురించి ఒక చిత్రపటం ఇవ్వండి.

వృత్తిపరమైన సంగీతకారుడు కావడానికి అవసరమైన అంకితభావం, నైపుణ్యం, ఉత్సాహం గురించి చర్చించండి.

వివిధ రకాల సంగీతకారులతో (వాద్య కళాకారులు, గాయకులు, కండక్టర్లు) ఇంటర్వ్యూలు లేదా ప్రొఫైల్‌సను ఇవ్వండి.

శాస్త్రీయ కళాకారుల కళాత్మకత, ప్రతిభలను పాఠకులు అభినందించేలా ప్రోత్సహించండి.

Chapter 1: Overture - The Orchestra Awaits

అధ్యాయం 1: ఓవర్చర్ - ఆర్కెస్ట్రా ఎదురుచూపులతో

సంగీత ప్రపంచంలోకి ఒక యువ నేర్చుకునేవాడి ప్రయాణం

సంగీతం అనేది మానవుడి అత్యంత ప్రాథమికమైన భావోద్వేగాలను అభివ్యక్తి చేయడానికి ఉపయోగించే ఒక అద్భుతమైన సాధనం. ఇది మనకు ఆనందం, విచారం, కోపం, ప్రేమ మరియు ఇతర అనేక భావాలను అనుభవించడానికి అనుమతిస్తుంది. సంగీతం మన జీవితాలను మరింత సంపన్నం చేస్తుంది మరియు మనకు సామాజికంగా అనుసంధానించడానికి సహాయపడుతుంది.

ఒక యువ నేర్చుకునేవాడిగా, సంగీత ప్రపంచంలోకి ప్రవేశించడం ఒక అద్భుతమైన అనుభవం. మీరు కొత్త విషయాలను నేర్చుకోవడం, కొత్త వ్యక్తులను కలుసుకోవడం మరియు మీ సృజనాత్మకతను వ్యక్తీకరించడం ప్రారంభిస్తారు. ఈ ప్రయాణం కష్టంగా ఉంటుంది, కానీ అది చాలా ఫలప్రదంగా ఉంటుంది.

ప్రారంభం

సంగీత ప్రపంచంలోకి ప్రవేశించడానికి మొదటి దశ ఏమిటంటే, మీరు ఏ రకమైన సంగీతం ఆసక్తిని కలిగి ఉన్నారో నిర్ణయించుకోవడం. మీరు శాస్త్రీయ సంగీతం, జానపద

సంగీతం, రాక్ సంగీతం, హిప్ హాప్ సంగీతం లేదా మరేదైనా ఆసక్తి కలిగి ఉండవచ్చు. మీరు ఆసక్తి కలిగి ఉన్న రకమైన సంగీతాన్ని కనుగొన్న తర్వాత, మీరు దాని గురించి మరింత తెలుసుకోవడం ప్రారంభించవచ్చు.

మీరు ఆసక్తి కలిగి ఉన్న రకమైన సంగీతాన్ని కనుగొనడానికి అనేక మార్గాలు ఉన్నాయి. మీరు స్నేహితులు మరియు కుటుంబ సభ్యులను అడగవచ్చు, సంగీతం గురించి పుస్తకాలు లేదా ఆన్‌లైన్ కథనాలను చదవవచ్చు, లేదా సంగీత కచేరీలకు వెళ్లవచ్చు. మీరు మీ ప్రాంతంలోని సంగీత పాఠశాలలను లేదా సంగీత కేంద్రాలను కూడా తనిఖీ చేయవచ్చు.

శిక్షణ

సంగీతంలో మెరుగుపడటానికి, మీరు శిక్షణ పొందాలి. మీరు ఒక వ్యక్తిగత గురువును కనుగొనవచ్చు లేదా సంగీత పాఠశాలలో చేరవచ్చు. శిక్షణ ద్వారా, మీరు సంగీత సిద్ధాంతం, స్వరయుక్తం, ప్లేయింగ్ మరియు ఇతర అంశాలను నేర్చుకోవచ్చు.

శిక్షణ పొందడం కష్టం కావచ్చు, కానీ అది చాలా ముఖ్యం. శిక్షణ ద్వారా, మీరు మీ సంగీత నైపుణ్యాలను మెరుగుపరచుకోవచ్చు మరియు మీ సంగీతాన్ని మరింత ఆనందించవచ్చు.

ఆర్కెస్ట్రా, దాని వాయిద్యాలు, వాటి ప్రత్యేకతలు

ఆర్కెస్ట్రా అనేది వివిధ రకాల వాయిద్యాలను ప్లే చేసే సంగీతకారుల సమూహం. ఆర్కెస్ట్రాలు సాధారణంగా శాస్త్రీయ సంగీతాన్ని ప్లే చేస్తాయి, కానీ అవి జానపద సంగీతం, రాక్ సంగీతం మరియు ఇతర రకాల సంగీతాన్ని కూడా ప్లే చేయవచ్చు.

ఆర్కెస్ట్రాలలో వివిధ రకాల వాయిద్యాలను ఉపయోగిస్తారు, ప్రతి వాయిద్యానికి దాని స్వంత ప్రత్యేకమైన శబ్దం ఉంటుంది. ఆర్కెస్ట్రా వాయిద్యాలను సాధారణంగా వాటి శబ్దం యొక్క స్థాయిని బట్టి రెండు ప్రధాన వర్గాలుగా విభజించవచ్చు: తాళ వాయిద్యాలు మరియు తాళం లేని వాయిద్యాలు.

తాళ వాయిద్యాలు

తాళ వాయిద్యాలు వాటి శబ్దాన్ని ఉత్పత్తి చేయడానికి తాళాన్ని ఉపయోగిస్తాయి. తాళ వాయిద్యాలలో కొన్ని ఉదాహరణలు:

- పియానో
- సింఫోనిక్ గిటార్
- హార్ప్
- డ్రమ్ సెట్
- చైంప్స్
- సమ్మర్‌ప్లాట్

తాళం లేని వాయిద్యాలు

తాళం లేని వాయిద్యాలు వాటి శబ్దాన్ని ఉత్పత్తి చేయడానికి తాళాన్ని ఉపయోగించవు. తాళం లేని వాయిద్యాలలో కొన్ని ఉదాహరణలు:

వయోలిన్

వియోలా

సెల్లో

డబుల్ బాస్

ఫ్లూట్

ఆల్ట్ ఫ్లూట్

కోర్నెట్

ట్రాంపెట్

ట్రోంబోన్

టుబా

ఆర్కెస్ట్రా వాయిద్యాల ప్రత్యేకతలు

ఆర్కెస్ట్రా వాయిద్యాలన్నీ వాటి స్వంత ప్రత్యేకమైన శబ్దాన్ని కలిగి ఉన్నాయి. ఈ శబ్దాలు ఆర్కెస్ట్రా స్వర సమతుల్యతను సృష్టించడానికి కలిసి పని చేస్తాయి.

తాళ వాయిద్యాలు

తాళ వాయిద్యాలు ఆర్కెస్ట్రా యొక్క స్థాయిని నిర్దేశిస్తాయి. పియానో అనేది అత్యంత సాధారణ తాళ వాయిద్యం, ఇది

ఆర్కెస్ట్రా యొక్క ప్రధాన తాళ వాయిద్యం. డ్రమ్ సెట్ ఆర్కెస్ట్రా యొక్క లయను నిర్ణయిస్తుంది.

ఆర్కెస్ట్రా విభాగాలు మరియు వాటి పాత్రలు

ఆర్కెస్ట్రా అనేది వివిధ రకాల వాయిద్యాలను ప్లే చేసే సంగీతకారుల సమూహం. ఆర్కెస్ట్రాలు సాధారణంగా శాస్త్రీయ సంగీతాన్ని ప్లే చేస్తాయి, కానీ అవి జానపద సంగీతం, రాక్ సంగీతం మరియు ఇతర రకాల సంగీతాన్ని కూడా ప్లే చేయవచ్చు.

ఆర్కెస్ట్రాలలో వివిధ రకాల వాయిద్యాలను ఉపయోగిస్తారు, ప్రతి వాయిద్యానికి దాని స్వంత ప్రత్యేకమైన శబ్దం ఉంటుంది. ఆర్కెస్ట్రా వాయిద్యాలను సాధారణంగా వాటి శబ్దం యొక్క స్థాయిని బట్టి రెండు ప్రధాన వర్గాలుగా విభజించవచ్చు: తాళ వాయిద్యాలు మరియు తాళం లేని వాయిద్యాలు.

తాళ వాయిద్యాలు

తాళ వాయిద్యాలు వాటి శబ్దాన్ని ఉత్పత్తి చేయడానికి తాళాన్ని ఉపయోగిస్తాయి. తాళ వాయిద్యాలలో కొన్ని ఉదాహరణలు:

పియానో

సింఫోనిక్ గిటార్

హార్ప్

డ్రమ్ సెట్

టైంప్స్

సమ్మర్‌ప్లాట్

తాళం లేని వాయిద్యాలు

తాళం లేని వాయిద్యాలు వాటి శబ్దాన్ని ఉత్పత్తి చేయడానికి తాళాన్ని ఉపయోగించవు. తాళం లేని వాయిద్యాలలో కొన్ని ఉదాహరణలు:

- వయోలిన్
- వియోలా
- సెల్లో
- డబుల్ బాస్
- ఫ్లూట్
- ఆల్ట్ ఫ్లూట్
- కోర్నెట్
- ట్రాంపెట్
- ట్రోంబోన్
- టుబా

ఆర్కెస్ట్రా విభాగాలు

ఆర్కెస్ట్రా వాయిద్యాలను వాటి శబ్దం యొక్క స్వభావం ఆధారంగా విభజించవచ్చు. ఈ విభాగాలను స్ట్రింగ్స్, వుడ్ విన్డ్స్, బ్రాస్ మరియు పెర్కషన్‌లు అని పిలుస్తారు.

స్ట్రింగ్స్

స్ట్రింగ్స్ అనేది ఆర్కెస్ట్రాలో అతిపెద్ద విభాగం. ఇందులో వయోలిన్లు, వియోలాలు, సెల్లోలు మరియు డబుల్ బాస్‌లు ఉన్నాయి. స్ట్రింగ్స్ ఆర్కెస్ట్రా యొక్క హృదయం మరియు

ఆత్మ. అవి సాధారణంగా సంగీత యొక్క తీవ్రత, స్వరం మరియు మృదుత్వాన్ని నిర్ణయిస్తాయి.

వయోలిన్లు ఆర్కెస్ట్రాలో అత్యంత సాధారణమైన వాయిద్యాలు. అవి సాధారణంగా సంగీతం యొక్క మొదటి థీమ్‌లను ప్లే చేస్తాయి మరియు సంగీత యొక్క ప్రధాన మరియు ప్రధాన భాగాలను నడిపిస్తాయి.

వాయిద్యాల గేమ్‌లు, శ్రవణ క్విజ్‌లతో పాఠకులను ఆకట్టుకోవడానికి ఇంటరాక్టివ్ కార్యకలాపాలు

సంగీతం అనేది మానవుడి అత్యంత ప్రాథమికమైన భావోద్వేగాలను అభివ్యక్తి చేయడానికి ఉపయోగించే ఒక అద్భుతమైన సాధనం. ఇది మనకు ఆనందం, విచారం, కోపం, ప్రేమ మరియు ఇతర అనేక భావాలను అనుభవించడానికి అనుమతిస్తుంది. సంగీతం మన జీవితాలను మరింత సంపన్నం చేస్తుంది మరియు మనకు సామాజికంగా అనుసంధానించడానికి సహాయపడుతుంది.

సంగీత ప్రపంచంలోకి పాఠకులను ఆకర్షించడానికి, ఇంటరాక్టివ్ కార్యకలాపాలు ఒక గొప్ప మార్గం. ఈ కార్యకలాపాలు పాఠకులను సంగీతంతో ఆడుకోవడానికి మరియు దానిని వారి స్వంతంగా అన్వేషించడానికి అనుమతిస్తాయి.

వాయిద్యాల గేమ్‌లు

వాయిద్యాల గేమ్‌లు పాఠకులకు సంగీత వాయిద్యాల గురించి నేర్చుకోవడానికి మరియు ఆనందించడానికి ఒక ఆసక్తికరమైన మార్గం. ఈ గేమ్‌లు పాఠకులకు వాయిద్యాల పేర్లు, వాటి శబ్దాలు మరియు వాటిని ఎలా ప్లే చేయాలో నేర్పవచ్చు.

వాయిద్యాల గేమ్‌ల కొన్ని ఉదాహరణలు:

- వాయిద్యాల గుర్తుపట్టండి: ఈ గేమ్‌లో, పాఠకులు వాయిద్యాల చిత్రాలను చూసి వాటి పేర్లను గుర్తుపట్టాలి.
- వాయిద్యాల శబ్దాలను గుర్తుపట్టండి: ఈ గేమ్‌లో, పాఠకులు వాయిద్యాల శబ్దాలను విని వాటి పేర్లను గుర్తుపట్టాలి.

వాయిద్యాలను ప్లే చేయండి: ఈ గేమ్‌లో, పాఠకులు వాయిద్యాలను ప్లే చేయడానికి వారి కీబోర్డు లేదా మౌస్‌ను ఉపయోగించాలి.

శ్రవణ క్విజ్‌లు

శ్రవణ క్విజ్‌లు పాఠకులకు సంగీతం యొక్క శబ్దాల గురించి నేర్చుకోవడానికి మరియు వారి వినికిడి నైపుణ్యాలను పరీక్షించడానికి ఒక గొప్ప మార్గం. ఈ క్విజ్‌లు పాఠకులకు సంగీతం యొక్క వివిధ శైలులు, కళాకారులు మరియు కృతుల గురించి ప్రశ్నలను అడుగుతాయి.

శ్రవణ క్విజ్‌ల కొన్ని ఉదాహరణలు:

ఈ పాట ఏ శైలి సంగీతం?: ఈ క్విజ్‌లో, పాఠకులు ఒక పాట యొక్క శబ్దాన్ని విని దాని శైలిని గుర్తుపట్టాలి.

Chapter 2: Melody & Harmony - Building the Blocks of Music

అధ్యాయం 2: రాగాల తీరాలు - సంగీతపు చిత్రలేఖనం

శృతి, రాగం - సంగీత వాస్తువు యొక్క పునాదులు

సంగీతం అనేది మానవుడి అత్యంత ప్రాథమికమైన భావోద్వేగాలను అభివ్యక్తి చేయడానికి ఉపయోగించే ఒక అద్భుతమైన సాధనం. ఇది మనకు ఆనందం, విచారం, కోపం, ప్రేమ మరియు ఇతర అనేక భావాలను అనుభవించడానికి అనుమతిస్తుంది. సంగీతం మన జీవితాలను మరింత సంపన్నం చేస్తుంది మరియు మనకు సామాజికంగా అనుసంధానించడానికి సహాయపడుతుంది.

సంగీతం యొక్క పునాదులు శృతి మరియు రాగం. శృతి అనేది సంగీతం యొక్క శబ్ద స్థాయిని సూచిస్తుంది. రాగం అనేది సంగీతం యొక్క స్వర శ్రేణిని సూచిస్తుంది.

శృతి

శృతి అనేది సంగీతం యొక్క శబ్ద స్థాయిని సూచిస్తుంది. శృతిని మనం ఒకే ధ్వనిని వివిధ స్థాయిలలో ప్లే చేయడం ద్వారా అనుభవించవచ్చు. ఉదాహరణకు, ఒక సిటర్‌ను ప్లే చేయడం ద్వారా, మనం సిటర్ యొక్క శబ్దాన్ని మనకు ఇష్టమైన స్థాయిలో ప్లే చేయవచ్చు. శృతిని మెట్రిక్‌లో కొలవవచ్చు. ఒక మెట్రిక్ అనేది ఒక సెకనుకు ఒక నిర్దిష్ట

సంఖ్యలో శబ్దాలను కలిగి ఉంటుంది. ఉదాహరణకు, ఒక 4/4 మెట్రిక్‌లో, ఒక సెకనుకు నాలుగు శబ్దాలు ఉంటాయి.

రాగం

రాగం అనేది సంగీతం యొక్క స్వర శ్రేణిని సూచిస్తుంది. రాగం అనేది స్వరాల యొక్క ఒక నిర్దిష్ట క్రమం, ఇది సంగీతానికి దాని ప్రత్యేకమైన గుర్తింపును ఇస్తుంది. రాగాలను సాధారణంగా ఒక స్కేల్‌లోని స్వరాల యొక్క క్రమం ద్వారా సూచిస్తారు. ఉదాహరణకు, సరస్వతి రాగం ఒక శుద్ధ రిషభ, పంచమ, షడ్జ్ మరియు శుద్ధ నిషాదాలతో కూడిన ఒక రాగం.

శృతి మరియు రాగం సంగీతం యొక్క రెండు ప్రాథమిక అంశాలు. శృతి సంగీతం యొక్క శబ్ద స్థాయిని నిర్ణయిస్తుంది, మరియు రాగం సంగీతం యొక్క స్వర శ్రేణిని నిర్ణయిస్తుంది. ఈ రెండు అంశాలు కలిసి సంగీతానికి దాని ప్రత్యేకమైన గుర్తింపు మరియు అందాన్ని ఇస్తాయి.

శృతి మరియు రాగం యొక్క ప్రాముఖ్యత

శృతి మరియు రాగం సంగీతం యొక్క రెండు ప్రాథమిక అంశాలు, కానీ అవి చాలా ముఖ్యమైనవి.

స్వరాలు, స్థాయిలు, అంతరాలులను స్పష్టంగా, ఆసక్తికరంగా వివరించండి

సంగీతం అనేది మానవుడి అత్యంత ప్రాథమికమైన భావోద్వేగాలను అభివ్యక్తి చేయడానికి ఉపయోగించే ఒక అద్భుతమైన సాధనం. ఇది మనకు ఆనందం, విచారం, కోపం, ప్రేమ మరియు ఇతర అనేక భావాలను అనుభవించడానికి అనుమతిస్తుంది. సంగీతం మన జీవితాలను మరింత సంపన్నం చేస్తుంది మరియు మనకు సామాజికంగా అనుసంధానించడానికి సహాయపడుతుంది.

సంగీతం యొక్క పునాదులు శృతి, రాగం, స్వరాలు, స్థాయిలు మరియు అంతరాలు. ఈ అంశాల గురించి మంచి అవగాహన కలిగి ఉండటం సంగీతాన్ని మరింత ఆనందించడంలో మనకు సహాయపడుతుంది.

స్వరాలు

స్వరాలు అనేవి సంగీతంలోని శబ్దాలు. స్వరాలను వాటి శ్రావ్యత, స్థాయి మరియు అంతరాల ద్వారా వర్గీకరించవచ్చు.

శ్రావ్యత

స్వరాల యొక్కక శ్రావ్యత వాటిని మన చెవులకు ఎలా అనిపిస్తుందో సూచిస్తుంది. శ్రావ్యతను హైట్, లౌడ్నెస్ మరియు బ్రైనీస్ ద్వారా వర్ణించవచ్చు.

హైట్

స్వరాల యొక్క హైట్ వాటిని మనం ఎంత ఎత్తుగా వింటామో సూచిస్తుంది. హైట్‌ను ఫ్రీక్వెన్సీ ద్వారా కొలవవచ్చు. ఫ్రీక్వెన్సీ ఎక్కువగా ఉంటే, స్వరం ఎక్కువ ఎత్తులో ఉంటుంది.

లౌడ్నెస్

స్వరాల యొక్క లౌడ్నెస్ వాటిని మనం ఎంత శబ్దంగా వింటామో సూచిస్తుంది. లౌడ్నెస్‌ను ఇన్‌టెన్సిటీ ద్వారా కొలవవచ్చు. ఇన్‌టెన్సిటీ ఎక్కువగా ఉంటే, స్వరం ఎక్కువ శబ్దంగా ఉంటుంది.

టైనీస్

స్వరాల యొక్క టైనీస్ వాటిని మనం ఎంత మృదువుగా లేదా కఠినంగా వింటామో సూచిస్తుంది. టైనీస్‌ను టెంబర్ ద్వారా కొలవవచ్చు. టెంబర్ అనేది స్వరానికి దాని ప్రత్యేకమైన గుర్తింపును ఇచ్చేది.

స్థాయిలు

స్వరాల స్థాయి వాటిని ఒకదానికొకటి ఎలాంటి సంబంధంలో ఉన్నాయో సూచిస్తుంది. స్థాయిలను మోడ్యులేషన్ ద్వారా మార్చవచ్చు.

అంతరాలు

అంతరాలు అనేవి రెండు స్వరాల మధ్య ఉన్న శ్రావ్య వ్యత్యాసం. అంతరాలను సెమిటోన్, మిల్లీమోర్, క్వార్ట్, క్విన్ట్ మరియు ఇతర పదాలతో వర్గీకరించవచ్చు.

ప్రధాన, ఉప రాగాలు, తాళాలు, సంధానాలు వంటి ప్రాథమిక సంగీత సిద్ధాంతాలను పరిచయం చేద్దాం

సంగీతం అనేది మానవుడి అత్యంత ప్రాథమికమైన భావోద్వేగాలను అభివ్యక్తి చేయడానికి ఉపయోగించే ఒక అద్భుతమైన సాధనం. ఇది మనకు ఆనందం, విచారం, కోపం, ప్రేమ మరియు ఇతర అనేక భావాలను అనుభవించడానికి అనుమతిస్తుంది. సంగీతం మన జీవితాలను మరింత సంపన్నం చేస్తుంది మరియు మనకు సామాజికంగా అనుసంధానించడానికి సహాయపడుతుంది.

సంగీతం యొక్క పునాదులు శృతి, రాగం, స్వరాలు, స్థాయిలు మరియు అంతరాలు. ఈ అంశాల గురించి మంచి అవగాహన కలిగి ఉండటం సంగీతాన్ని మరింత ఆనందించడంలో మనకు సహాయపడుతుంది.

ప్రధాన మరియు ఉప రాగాలు

రాగం అనేది సంగీతంలోని స్వర శ్రేణిని సూచిస్తుంది. రాగాలను సాధారణంగా ఒక స్కేల్‌లోని స్వరాల యొక్క క్రమం ద్వారా సూచిస్తారు.

ప్రధాన రాగాలు అనేవి స్వరాల యొక్క ఒక నిర్దిష్ట క్రమంతో ఉన్న రాగాలు. ప్రధాన రాగాలు సాధారణంగా ఆనందం మరియు ఉత్సాహం యొక్క భావాలను కలిగిస్తాయి.

ఉప రాగాలు అనేవి ప్రధాన రాగాల నుండి వచ్చే రాగాలు. ఉప రాగాలు సాధారణంగా ప్రధాన రాగాల కంటే మరింత క్లిష్టమైనవి మరియు లోతైన భావాలను కలిగిస్తాయి.

తాళాలు

తాళం అనేది సంగీతంలోని లయను సూచిస్తుంది. తాళాలను సాధారణంగా ఒక నిర్దిష్ట మెట్రిక్‌తో ఉంటాయి.

మెట్రిక్ అనేది ఒక సెకనుకు ఒక నిర్దిష్ట సంఖ్యలో శబ్దాలు ఉన్న తాళం. ఉదాహరణకు, ఒక 4/4 మెట్రిక్‌లో, ఒక సెకనుకు నాలుగు శబ్దాలు ఉంటాయి.

సంధానాలు

సంధానాలు అనేవి రెండు లేదా అంతకంటే ఎక్కువ రాగాలను కనెక్ట్ చేసే సంగీత భాగాలు. సంధానాలు సంగీతంలోని భావోద్వేగాలను మరింత లోతుగా మరియు సంక్లిష్టంగా చేయడానికి సహాయపడతాయి.

ప్రధాన, ఉప రాగాలు, తాళాలు మరియు సంధానాలను స్పష్టంగా మరియు ఆసక్తికరంగా వివరించడం

ప్రధాన, ఉప రాగాలు, తాళాలు మరియు సంధానాలను స్పష్టంగా మరియు ఆసక్తికరంగా వివరించడానికి, మనం మొదట ఈ అంశాల యొక్క ప్రాథమిక అవగాహనను కలిగి ఉండాలి.

వైవిధ్యమైన రాగాలను ప్రదర్శించే చిన్న, గుర్తుండే సంగీత రచనలు

సంగీతం అనేది మానవుడి అత్యంత ప్రాథమికమైన భావోద్వేగాలను అభివ్యక్తి చేయడానికి ఉపయోగించే ఒక అద్భుతమైన సాధనం. ఇది మనకు ఆనందం, విచారం, కోపం, ప్రేమ మరియు ఇతర అనేక భావాలను అనుభవించడానికి అనుమతిస్తుంది. సంగీతం మన జీవితాలను మరింత సంపన్నం చేస్తుంది మరియు మనకు సామాజికంగా అనుసంధానించడానికి సహాయపడుతుంది.

సంగీతం యొక్క పునాదులు శృతి, రాగం, స్వరాలు, స్థాయిలు మరియు అంతరాలు. ఈ అంశాల గురించి మంచి అవగాహన కలిగి ఉండటం సంగీతాన్ని మరింత ఆనందించడంలో మనకు సహాయపడుతుంది.

వైవిధ్యమైన రాగాలను ప్రదర్శించే చిన్న, గుర్తుండే సంగీత రచనలు

వైవిధ్యమైన రాగాలను ప్రదర్శించే చిన్న, గుర్తుండే సంగీత రచనలు మనకు ఈ రాగాల యొక్క లక్షణాలను అర్థం చేసుకోవడంలో సహాయపడతాయి. ఈ రచనలు సాధారణంగా ఒకే రాగంలో ఉంటాయి మరియు ఒక చిన్న భాగాన్ని మాత్రమే కలిగి ఉంటాయి.

ప్రధాన రాగాలను ప్రదర్శించే చిన్న, గుర్తుండే సంగీత రచనలు

ప్రధాన రాగాలు సాధారణంగా ఆనందం మరియు ఉత్సాహం యొక్క భావాలను కలిగిస్తాయి. ఈ రాగాలను ప్రదర్శించే కొన్ని చిన్న, గుర్తుండే సంగీత రచనలు ఇక్కడ ఉన్నాయి:

"జయంకీ ధంకర్" - ఈ భారతీయ శాస్త్రీయ సంగీత రచనం శుద్ధ రిషభ, పంచమ, షడ్జ్ మరియు శుద్ధ నిషాదాలతో ఏర్పడిన ఒక ప్రధాన రాగం. ఇది చాలా శక్తివంతమైన మరియు ఉత్తేజకరమైన రాగం.

"జోడే కా జోడ" - ఈ హిందీ పాట ఒక ప్రధాన రాగం యొక్క ఒక చిన్న భాగం. ఇది ఆనందం మరియు ప్రేమ యొక్క భావాలను కలిగిస్తుంది.

"మారియాచియాస్" - ఈ స్పానిష్ పాట ఒక ప్రధాన రాగం యొక్క ఒక చిన్న భాగం. ఇది సంతోషం మరియు ఉత్సాహం యొక్క భావాలను కలిగిస్తుంది.

పాఠకులకు సరళమైన రాగాలను సృష్టించడానికి ప్రోత్సహించండి

సంగీతం అనేది మానవుడి అత్యంత ప్రాథమికమైన భావోద్వేగాలను అభివ్యక్తి చేయడానికి ఉపయోగించే ఒక అద్భుతమైన సాధనం. ఇది మనకు ఆనందం, విచారం, కోపం, ప్రేమ మరియు ఇతర అనేక భావాలను అనుభవించడానికి అనుమతిస్తుంది. సంగీతం మన జీవితాలను మరింత సంపన్నం చేస్తుంది మరియు మనకు సామాజికంగా అనుసంధానించడానికి సహాయపడుతుంది.

సంగీతం సృష్టించడం అనేది ఒక సృజనాత్మక మరియు సంతృప్తికరమైన అనుభవం. ఇది మనకు మన స్వంత భావాలను మరియు ఆలోచనలను వ్యక్తపరచడానికి అనుమతిస్తుంది.

పాఠకులకు సరళమైన రాగాలను సృష్టించడానికి ప్రోత్సహించడం ద్వారా, మనం వారికి సంగీతాన్ని సృష్టించడం నేర్చుకోవడానికి మరియు వారి స్వంత సృజనాత్మకతను వ్యక్తపరచడానికి మార్గం ఇస్తున్నాము.

పాఠకులకు సరళమైన రాగాలను సృష్టించడానికి ప్రోత్సహించడానికి కొన్ని మార్గాలు ఇక్కడ ఉన్నాయి:

- వారికి సరళమైన రాగాల యొక్క పునాదులను నేర్పండి. వీటిలో రాగాల యొక్క నిర్మాణం, స్వరాల యొక్క స్థాయిలు మరియు సంధానాలు ఉన్నాయి.

- వారికి సరళమైన రాగాలను సృష్టించడానికి కొన్ని మార్గాలను చూపించండి. వీటిలో రాగాల యొక్క ప్రాథమిక స్వరాలను ఉపయోగించడం, రాగాల యొక్క సాంప్రదాయ రుక్కులు

లేదా తాళాలను ఉపయోగించడం మరియు వారి స్వంత సృజనాత్మకతను ఉపయోగించడం ఉన్నాయి.

వారికి సరళమైన రాగాలను సృష్టించడానికి ప్రోత్సహించడానికి ప్రోత్సాహాన్ని ఇవ్వండి. వారి పనిని ప్రశంసించండి మరియు వారిని మరింత ప్రయత్నించడానికి ప్రోత్సహించండి.

సరళమైన రాగాలను సృష్టించడం ద్వారా, పాఠకులు:

సంగీతం యొక్క ప్రాథమిక అంశాలను నేర్చుకోవచ్చు.

సంగీతాన్ని సృష్టించడానికి అవసరమైన నైపుణ్యాలను అభివృద్ధి చేయవచ్చు.

తమ స్వంత సృజనాత్మకతను వ్యక్తపరచడానికి మార్గాన్ని కనుగొనవచ్చు.

పాఠకులకు సరళమైన రాగాలను సృష్టించడానికి ప్రోత్సహించడం ద్వారా, మనం వారికి సంగీతం యొక్క ప్రపంచంలోకి ఒక మార్గాన్ని ఇస్తున్నాము.

Chapter 3: Rhythm & Dynamics - The Pulse of the Music

అధ్యాయం 3: తాళం & గతి - సంగీతపు నాడి

సంగీతంలో భావోద్వేగాన్ని రూపొందించడంలో తాళం, గతిల పాత్ర

సంగీతం అనేది మానవుడి అత్యంత ప్రాథమికమైన భావోద్వేగాలను అభివ్యక్తి చేయడానికి ఉపయోగించే ఒక అద్భుతమైన సాధనం. ఇది మనకు ఆనందం, విచారం, కోపం, ప్రేమ మరియు ఇతర అనేక భావాలను అనుభవించడానికి అనుమతిస్తుంది. సంగీతం మన జీవితాలను మరింత సంపన్నం చేస్తుంది మరియు మనకు సామాజికంగా అనుసంధానించడానికి సహాయపడుతుంది.

సంగీతంలో భావోద్వేగాన్ని రూపొందించడంలో తాళం మరియు గతిలు చాలా ముఖ్యమైన పాత్ర పోషిస్తాయి. తాళం అనేది సంగీతంలోని లయను సూచిస్తుంది, మరియు గతి అనేది తాళంలోని సమయ కాలాన్ని సూచిస్తుంది.

తాళం

తాళం అనేది సంగీతంలోని లయను సూచిస్తుంది. తాళం అనేది ఒక నిర్దిష్ట మెట్రిక్‌తో ఉంటుంది. మెట్రిక్ అనేది ఒక సెకనుకు ఒక నిర్దిష్ట సంఖ్యలో శబ్దాలు ఉన్న తాళం. ఉదాహరణకు, ఒక 4/4 మెట్రిక్‌లో, ఒక సెకనుకు నాలుగు శబ్దాలు ఉంటాయి.

తాళం భావోద్వేగాన్ని రూపొందించడంలో చాలా ముఖ్యమైన పాత్ర పోషిస్తుంది. ఉదాహరణకు, ఒక వేగవంతమైన తాళం ఉత్సాహం మరియు ఉత్తేజం యొక్క భావాలను కలిగిస్తుంది, అయితే ఒక నెమ్మదిగా తాళం విచారం మరియు శోకం యొక్క భావాలను కలిగిస్తుంది.

గతి

గతి అనేది తాళంలోని సమయ కాలాన్ని సూచిస్తుంది. గతిని తాళం యొక్క పొడవు లేదా భాగం యొక్క పొడవుతో సూచించవచ్చు.

గతి కూడా భావోద్వేగాన్ని రూపొందించడంలో ముఖ్యమైన పాత్ర పోషిస్తుంది. ఉదాహరణకు, ఒక చిన్న గతి ఉత్సాహం మరియు ఉత్తేజం యొక్క భావాలను కలిగిస్తుంది, అయితే ఒక పెద్ద గతి విచారం మరియు శోకం యొక్క భావాలను కలిగిస్తుంది.

తాళం మరియు గతిల భావోద్వేగ ప్రభావాలు

తాళం మరియు గతిల భావోద్వేగ ప్రభావాలు క్రింది విధంగా ఉన్నాయి:

వేగవంతమైన తాళాలు ఉత్సాహం, ఉత్తేజం, ఆనందం మరియు ఉద్వేగం యొక్క భావాలను కలిగిస్తాయి.
నెమ్మదిగా తాళాలు విచారం, శోకం, శాంతి మరియు ప్రశాంతత యొక్క భావాలను కలిగిస్తాయి.

వివిధ లయ నమూనాలు, స్వర విలువలను పరిచయం చేద్దాం

సంగీతం అనేది మానవుడి అత్యంత ప్రాథమికమైన భావోద్వేగాలను అభివ్యక్తి చేయడానికి ఉపయోగించే ఒక అద్భుతమైన సాధనం. ఇది మనకు ఆనందం, విచారం, కోపం, ప్రేమ మరియు ఇతర అనేక భావాలను అనుభవించడానికి అనుమతిస్తుంది. సంగీతం మన జీవితాలను మరింత సంపన్నం చేస్తుంది మరియు మనకు సామాజికంగా అనుసంధానించడానికి సహాయపడుతుంది.

సంగీతంలో, లయ అనేది ఒక ముఖ్యమైన అంశం. లయ అనేది సంగీతంలోని సమయ క్రమాన్ని సూచిస్తుంది. లయను వివిధ లయ నమూనాలు మరియు స్వర విలువల ద్వారా సృష్టించవచ్చు.

లయ నమూనాలు

లయ నమూనాలు అనేవి లయను సృష్టించడానికి ఉపయోగించే ధ్వనిని నియంత్రించే నియమాలు. లయ నమూనాలు సాధారణంగా ఒక నిర్దిష్ట క్రమంలో ధ్వనులను ఉపయోగిస్తాయి.

లయ నమూనాల కొన్ని ఉదాహరణలు ఇక్కడ ఉన్నాయి:

- బాస్‌లైన్ అనేది ఒక లోతైన ధ్వనితో కూడిన ఒక నిరంతర లయ నమూనా.
- ట్రిప్‌హాప్ అనేది ఒక త్రిపాత్రపు లయ నమూనా, ఇది ఒక ప్రధాన తాళంలో క్రమంగా మూడు ధ్వనులను ఉపయోగిస్తుంది.

స్కోర్పియన్‌షిప్ అనేది ఒక క్లిష్టమైన లయ నమూనా, ఇది వివిధ ధ్వనులను వివిధ కాలాలలో ఉపయోగిస్తుంది.

స్వర విలువలు

స్వర విలువలు అనేవి సంగీతంలోని ధ్వనుల నిడివిని సూచిస్తాయి. స్వర విలువలను గుర్తుంచుకోవడానికి, వాటిని సాధారణంగా నాటకీయ చిహ్నాలతో సూచిస్తారు.

స్వర విలువల కొన్ని ఉదాహరణలు ఇక్కడ ఉన్నాయి:

పూర్తి విలువ అనేది ఒక పూర్తి సెకనుకు సమానమైన ధ్వనిని సూచిస్తుంది.

అర్ధ విలువ అనేది ఒక పూర్తి విలువలో సగం సెకనుకు సమానమైన ధ్వనిని సూచిస్తుంది.

క్వార్టర్ విలువ అనేది ఒక పూర్తి విలువలో నాలుగవ వంతు సెకనుకు సమానమైన ధ్వనిని సూచిస్తుంది.

లయ నమూనాలు మరియు స్వర విలువలను ఉపయోగించి సంగీతాన్ని సృష్టించడం

లయ నమూనాలు మరియు స్వర విలువలను ఉపయోగించి సంగీతాన్ని సృష్టించడానికి, మీరు మొదట మీరు ఎలాంటి భావోద్వేగాన్ని రూపొందించాలనుకుంటున్నారో నిర్ణయించుకోవాలి.

పియానో, ఫోర్టే, క్రెసెండో, డిక్రెసెండో వంటి గతి గుర్తులను వివరిద్దాం

సంగీతం అనేది మానవుడి అత్యంత ప్రాథమికమైన భావోద్వేగాలను అభివ్యక్తి చేయడానికి ఉపయోగించే ఒక అద్భుతమైన సాధనం. ఇది మనకు ఆనందం, విచారం, కోపం, ప్రేమ మరియు ఇతర అనేక భావాలను అనుభవించడానికి అనుమతిస్తుంది. సంగీతం మన జీవితాలను మరింత సంపన్నం చేస్తుంది మరియు మనకు సామాజికంగా అనుసంధానించడానికి సహాయపడుతుంది.

సంగీతంలో, గతి అనేది ఒక ముఖ్యమైన అంశం. గతి అనేది సంగీతంలోని శబ్దం యొక్క శక్తి లేదా ధ్వనిని సూచిస్తుంది. గతిని వివిధ గతి గుర్తుల ద్వారా సూచించవచ్చు.

పియానో

పియానో అనేది ఒక ఇటాలియన్ పదం, దీని అర్థం "నెమ్మదిగా". సంగీతంలో, పియానో అనేది ఒక శబ్దాన్ని సూచిస్తుంది, ఇది సాధారణంగా సాధారణ శబ్దం కంటే తక్కువ శక్తివంతంగా ఉంటుంది.

ఫోర్టే

ఫోర్టే అనేది ఒక ఇటాలియన్ పదం, దీని అర్థం "బలంగా". సంగీతంలో, ఫోర్టే అనేది ఒక శబ్దాన్ని సూచిస్తుంది, ఇది సాధారణ శబ్దం కంటే ఎక్కువ శక్తివంతంగా ఉంటుంది.

క్రెసెండో

క్రెసెండో అనేది ఒక ఇటాలియన్ పదం, దీని అర్థం "బలం పెరుగుతుంది". సంగీతంలో, క్రెసెండో అనేది ఒక శబ్దాన్ని సూచిస్తుంది, ఇది ప్రారంభంలో నెమ్మదిగా మరియు క్రమంగా బలంగా మారుతుంది.

డిక్రెసెండో

డిక్రెసెండో అనేది ఒక ఇటాలియన్ పదం, దీని అర్థం "బలం తగ్గుతుంది". సంగీతంలో, డిక్రెసెండో అనేది ఒక శబ్దాన్ని సూచిస్తుంది, ఇది ప్రారంభంలో బలంగా మరియు క్రమంగా నెమ్మదిగా మారుతుంది.

గతి గుర్తులను ఉపయోగించడం

గతి గుర్తులను ఉపయోగించి, సంగీతకారులు భావోద్వేగాలను సృష్టించడానికి మరియు సంగీతానికి డైనమిక్స్‌ను జోడించడానికి సహాయపడతారు. ఉదాహరణకు, ఒక సంగీతకారుడు ఒక భావోద్వేగాన్ని సృష్టించడానికి ఒక శబ్దాన్ని ఫోర్టేగా ప్రారంభించి క్రెసెండోగా పెంచుకోవచ్చు.

తమ లయ పద్ధతికి ప్రసిద్ధి చెందిన ప్రసిద్ధ సంగీత రచనలు

సంగీతం అనేది మానవుడి అత్యంత ప్రాథమికమైన భావోద్వేగాలను అభివ్యక్తి చేయడానికి ఉపయోగించే ఒక అద్భుతమైన సాధనం. ఇది మనకు ఆనందం, విచారం, కోపం, ప్రేమ మరియు ఇతర అనేక భావాలను అనుభవించడానికి అనుమతిస్తుంది. సంగీతం మన జీవితాలను మరింత సంపన్నం చేస్తుంది మరియు మనకు సామాజికంగా అనుసంధానించడానికి సహాయపడుతుంది.

సంగీతంలో, లయ అనేది ఒక ముఖ్యమైన అంశం. లయ అనేది సంగీతంలోని సమయ క్రమాన్ని సూచిస్తుంది. లయను వివిధ లయ నమూనాలు మరియు స్వర విలువల ద్వారా సృష్టించవచ్చు.

తమ లయ పద్ధతికి ప్రసిద్ధి చెందిన అనేక ప్రసిద్ధ సంగీత రచనలు ఉన్నాయి. వాటిలో కొన్ని ఇక్కడ ఉన్నాయి:

- "ది మెయిన్ స్ట్రీట్" - ఈ పాటను 1894లో జేమ్స్ కింగ్ ఒర్వెల్డ్ రచించారు. ఇది ఒక 4/4 లయంలో ఉంది మరియు దాని సులభమైన లయ మరియు గుర్తుంచుకోగల ట్యూన్‌కు ప్రసిద్ధి చెందింది.
- "ది టెంపో డిస్టర్బర్" - ఈ పాటను 1943లో డౌన్ హాస్టన్ షుగర్ రాశారు. ఇది ఒక 2/4 లయంలో ఉంది మరియు దాని ఉత్సాహభరితమైన లయ మరియు శక్తివంతమైన ట్యూన్‌కు ప్రసిద్ధి చెందింది.
- "ట్రిప్ హాప్" - ఈ సంగీత శైలి 1980లలో అభివృద్ధి చెందింది మరియు దాని సాధారణంగా 4/4 లయానికి ప్రసిద్ధి చెందింది.

ట్రిప్ హాప్ యొక్క లయ తరచుగా పాల్ప్ బీట్‌లను ఉపయోగిస్తుంది, ఇవి ఒకే పంక్తిలో మూడు ధ్వనులను ఉపయోగిస్తాయి.

"పంత్" - ఈ సంగీత శైలి భారతదేశం మరియు దాని పొరుగు దేశాలలో ఉద్భవించింది. పంత్ యొక్క లయ తరచుగా ఒకే పంక్తిలో నాలుగు ధ్వనులను ఉపయోగిస్తుంది.

"సాలాంబే" - ఈ సంగీత శైలి పశ్చిమ ఆఫ్రికాలో ఉద్భవించింది. సాలాంబే యొక్క లయ తరచుగా ఒకే పంక్తిలో రెండు ధ్వనులను ఉపయోగిస్తుంది.

ఈ సంగీత రచనలు వాటి లయ పద్ధతుల ద్వారా గుర్తించబడతాయి. అవి ప్రజలను నాటడానికి, నృత్యం చేయడానికి లేదా పాడడానికి ప్రేరేపించగలవు.

పాఠకులను కొట్టి, ట్యాప్ చేసి, సరళమైన వాయిద్యాలపై వివిధ లయలను వాయించడానికి ప్రోత్సహించండి

సంగీతం అనేది మానవుడి అత్యంత ప్రాథమికమైన భావోద్వేగాలను అభివ్యక్తి చేయడానికి ఉపయోగించే ఒక అద్భుతమైన సాధనం. ఇది మనకు ఆనందం, విచారం, కోపం, ప్రేమ మరియు ఇతర అనేక భావాలను అనుభవించడానికి అనుమతిస్తుంది. సంగీతం మన జీవితాలను మరింత సంపన్నం చేస్తుంది మరియు మనకు సామాజికంగా అనుసంధానించడానికి సహాయపడుతుంది.

సంగీతాన్ని సృష్టించడానికి, మనం లయను అర్థం చేసుకోవాలి. లయ అనేది సంగీతంలోని సమయ క్రమాన్ని సూచిస్తుంది. లయను వివిధ లయ నమూనాలు మరియు స్వర విలువల ద్వారా సృష్టించవచ్చు.

లయను అభివృద్ధి చేయడానికి కొన్ని మార్గాలు

- కొట్టడం మరియు ట్యాప్ చేయడం

కొట్టడం మరియు ట్యాప్ చేయడం అనేది లయను అభివృద్ధి చేయడానికి ఒక మంచి మార్గం. మీరు ఒక టేబుల్, కుర్చీ లేదా ఇతర వస్తువును కొట్టడానికి మీ చేతులను ఉపయోగించవచ్చు. మీరు మీ కాళ్లను ఉపయోగించి టేబుల్ లేదా నేలను ట్యాప్ చేయవచ్చు.

మీరు కొట్టడం మరియు ట్యాప్ చేయడం ద్వారా వివిధ లయ నమూనాలను సృష్టించడానికి ప్రయత్నించవచ్చు. మీరు మీ చేతులను వివిధ వేగంతో మరియు శక్తితో కొట్టవచ్చు. మీరు మీ కాళ్లను వివిధ వేగంతో మరియు శక్తితో ట్యాప్ చేయవచ్చు.

సరళమైన వాయిద్యాలపై వాయించడం

సరళమైన వాయిద్యాలపై వాయించడం అనేది లయను అభివృద్ధి చేయడానికి మరొక మంచి మార్గం. మీరు ఒక డ్రమ్, గిటార్, కిబోర్డ్ లేదా ఇతర సరళమైన వాయిద్యాన్ని ఉపయోగించవచ్చు.

మీరు సరళమైన వాయిద్యాలపై వాయించడం ద్వారా వివిధ లయ నమూనాలను సృష్టించడానికి ప్రయత్నించవచ్చు. మీరు మీ చేతులను వివిధ వేగంతో మరియు శక్తితో ఉపయోగించవచ్చు. మీరు మీ కాళ్లను వివిధ వేగంతో మరియు శక్తితో ఉపయోగించవచ్చు.

పాఠకులకు ప్రోత్సాహం

పాఠకులను కొట్టడం, ట్యాప్ చేయడం మరియు సరళమైన వాయిద్యాలపై వివిధ లయలను వాయించడానికి ప్రోత్సహించండి. వారికి కొన్ని సూచనలను ఇవ్వండి, కానీ వారికి స్వేచ్ఛగా వినోదం కోసం వారి స్వంత లయలను సృష్టించడానికి అనుమతించండి.

Chapter 4: From Scores to Stories - The Language of Music

అధ్యాయం 4: స్వరాల కథలు - సంగీత భాష

కథలు చెప్పడానికి, భావోద్వేగాలను రేకెత్తించడానికి సంగీతకారులు ఎలా వాయిద్యాలను ఉపయోగిస్తారో చర్చించండి.

సంగీతం అనేది ఒక అద్భుతమైన సాధనం. ఇది మనకు ఆనందం, విచారం, కోపం, ప్రేమ మరియు ఇతర అనేక భావోద్వేగాలను అనుభవించడానికి అనుమతిస్తుంది. సంగీతకారులు వాయిద్యాలను ఉపయోగించి కథలు చెప్పడానికి మరియు భావోద్వేగాలను రేకెత్తించడానికి మార్గాలను కనుగొన్నారు.

కథలు చెప్పడానికి వాయిద్యాలను ఉపయోగించడం

సంగీతకారులు వాయిద్యాలను ఉపయోగించి కథలు చెప్పడానికి అనేక మార్గాలు ఉన్నాయి. ఒక మార్గం లయను ఉపయోగించడం. లయ అనేది సంగీతంలోని సమయ క్రమాన్ని సూచిస్తుంది. లయను ఉపయోగించి, సంగీతకారులు కథలోని పాత్రలు మరియు సంఘటనలను చిత్రించవచ్చు. ఉదాహరణకు, వేగవంతమైన లయను ఉపయోగించి, సంగీతకారులు ఒక యాక్షన్ సన్నివేశాన్ని సృష్టించవచ్చు. నెమ్మదిగా లయను ఉపయోగించి, సంగీతకారులు ఒక శాంతమైన లేదా భావోద్వేగభరితమైన సన్నివేశాన్ని సృష్టించవచ్చు.

**మరొక మార్గం స్వరాన్ని ఉపయోగించడం. స్థాయి అనేది సంగీతంలోని ధ్వని యొక్క ఎత్తును సూచిస్తుంది. స్థాయిని ఉపయోగించి, సంగీతకారులు కథలోని పాత్రల మధ్య వ్యత్యాసాలను సృష్టించవచ్చు. ఉదాహరణకు, లోతైన స్థాయిని ఉపయోగించి, సంగీతకారులు ఒక శక్తివంతమైన లేదా భయంకరమైన పాత్రను సృష్టించవచ్చు. ఎత్తైన స్థాయిని ఉపయోగించి, సంగీతకారులు ఒక చిన్న లేదా అమాయకమైన పాత్రను సృష్టించవచ్చు.

**చివరగా, సంగీత ధ్వనులను ఉపయోగించడం. సంగీత ధ్వనులు అనేవి సంగీతంలోని వివిధ రకాల ధ్వనులను సూచిస్తాయి. సంగీత ధ్వనులను ఉపయోగించి, సంగీతకారులు కథలోని పాత్రలు మరియు సంఘటనలను మరింత వివరంగా చిత్రించవచ్చు. ఉదాహరణకు, ఒక చిన్న పిల్లవాడు నడుస్తున్న ధ్వనిని సృష్టించడానికి, సంగీతకారులు చిన్న, శుభ్రమైన ధ్వనులను ఉపయోగించవచ్చు. ఒక భయంకరమైన రాక్షసుడు నడుస్తున్న ధ్వనిని సృష్టించడానికి, సంగీతకారులు లోతైన, భయంకరమైన ధ్వనులను ఉపయోగించవచ్చు.

సొనాటా, కచేరి, సింఫనీ, ఒపేరా వంటి సంగీత రూపాలను పరిచయం చేయండి.

సంగీతం అనేది మానవుడి అత్యంత ప్రాథమికమైన భావోద్వేగాలను అభివ్యక్తి చేయడానికి ఉపయోగించే ఒక అద్భుతమైన సాధనం. ఇది మనకు ఆనందం, విచారం, కోపం, ప్రేమ మరియు ఇతర అనేక భావాలను అనుభవించడానికి అనుమతిస్తుంది. సంగీతం మన జీవితాలను మరింత సంపన్నం చేస్తుంది మరియు మనకు సామాజికంగా అనుసంధానించడానికి సహాయపడుతుంది.

సంగీత రూపాలు అనేవి సంగీతాన్ని నిర్వచించడానికి ఉపయోగించే నియమాలు మరియు నిబంధనల సమితి. సంగీత రూపాలు సంగీతకారులకు వారి ఆలోచనలను మరియు భావాలను సమర్థవంతంగా వ్యక్తపరచడానికి సహాయపడతాయి.

సంగీత రూపాలలో కొన్ని ప్రసిద్ధమైనవి:

- సొనాటా అనేది ఒక ఒకే-వాయిద్యం కోసం రచించబడిన ఒక సంగీత రూపం. సొనాటాలు సాధారణంగా మూడు అంశాలను కలిగి ఉంటాయి: మొదటి అంశం సాధారణంగా ఉత్సాహభరితంగా ఉంటుంది, రెండవ అంశం సాధారణంగా మరింత సాంత్వనం కలిగి ఉంటుంది, మరియు మూడవ అంశం సాధారణంగా మొదటి అంశాన్ని పునరావృతం చేస్తుంది.

- కచేరి అనేది ఒకే-వాయిద్యం కోసం రచించబడిన ఒక సంగీత రూపం, ఇది ఒక ఆర్కెస్ట్రాతో కలిసి ఉంటుంది. కచేరీలు

సాధారణంగా మూడు అంశాలను కలిగి ఉంటాయి: మొదటి అంశం సాధారణంగా ఉత్సాహభరితంగా ఉంటుంది, రెండవ అంశం సాధారణంగా మరింత సాంత్వనం కలిగి ఉంటుంది, మరియు మూడవ అంశం సాధారణంగా మొదటి అంశాన్ని పునరావృతం చేస్తుంది.

సింఫనీ అనేది ఒక పెద్ద ఆర్కెస్ట్రా కోసం రచించబడిన ఒక సంగీత రూపం. సింఫనీలు సాధారణంగా నాలుగు అంశాలను కలిగి ఉంటాయి: మొదటి అంశం సాధారణంగా ఉత్సాహభరితంగా ఉంటుంది, రెండవ అంశం సాధారణంగా మరింత సాంత్వనం కలిగి ఉంటుంది, మూడవ అంశం సాధారణంగా మరింత చిన్న మరియు మరింత సాంప్రదాయికంగా ఉంటుంది, మరియు నాల్గవ అంశం సాధారణంగా మొదటి అంశాన్ని పునరావృతం చేస్తుంది.

ఒపేరా అనేది సంగీతం, నాటకం మరియు నాట్యం కలయిక. ఒపేరాలు సాధారణంగా ఒక కథను చెబుతాయి, ఇది సంగీతం మరియు పాటల ద్వారా చెప్పబడుతుంది.

సంగీతం ఒక అద్భుతమైన సాధనం. ఇది మనకు ఆనందం, విచారం, కోపం, ప్రేమ మరియు ఇతర అనేక భావాలను అనుభవించడానికి అనుమతిస్తుంది. స్వరకర్తలు ఈ భావాలను సృష్టించడానికి సంగీతంలోని వివిధ అంశాలను ఉపయోగిస్తారు, వీటిలో టెంపో, రాగం, హార్మోనీ మరియు గతిలు ఉన్నాయి.

టెంపో అనేది సంగీతం యొక్క వేగం. వేగవంతమైన టెంపో ఉత్సాహం మరియు ఉత్తేజం యొక్క భావాన్ని సృష్టించగలదు, అయితే నెమ్మదిగా టెంపో శాంతం మరియు విశ్రాంతి యొక్క భావాన్ని సృష్టించగలదు.

రాగం అనేది సంగీతంలోని ధ్వని యొక్క ఎత్తు. లోతైన రాగాలు భయం మరియు విచారం యొక్క భావాన్ని సృష్టించగలవు, అయితే ఎత్తైన రాగాలు ఆనందం మరియు ఉత్సాహం యొక్క భావాన్ని సృష్టించగలవు.

హార్మోనీ అనేది సంగీతంలోని ధ్వనుల కలయిక. కొన్ని హార్మోనీలు ప్రశాంతత మరియు శాంతం యొక్క భావాన్ని సృష్టించగలవు, అయితే ఇతర హార్మోనీలు ఉత్తేజం మరియు ఉద్వేగం యొక్క భావాన్ని సృష్టించగలవు.

గతి అనేది సంగీతంలోని ధ్వనుల యొక్క సౌందర్యం. కొన్ని గతిలు భయం మరియు విచారం యొక్క భావాన్ని సృష్టించగలవు, అయితే ఇతర గతిలు ఆనందం మరియు ఉత్సాహం యొక్క భావాన్ని సృష్టించగలవు.

సంగీతంలోని ఈ అంశాలను కలిపి, స్వరకర్తలు వివిధ రకాల మూడ్స్ మరియు వాతావరణాలను సృష్టించవచ్చు.

ఉదాహరణకు, ఒక స్వరకర్త ఒక ఉత్సాహభరితమైన మూడ్‌ను సృష్టించడానికి వేగవంతమైన టెంపో, ఎత్తైన రాగం మరియు ఉత్తేజకరమైన హార్మోనీలను ఉపయోగించవచ్చు.

మరొక ఉదాహరణకు, ఒక స్వరకర్త ఒక శాంతమైన మూడ్‌ను సృష్టించడానికి నెమ్మదిగా టెంపో, తక్కువ రాగం మరియు ప్రశాంతమైన హార్మోనీలను ఉపయోగించవచ్చు.

సంగీతంలోని ఈ అంశాలను అర్థం చేసుకోవడం ద్వారా, మనం సంగీతాన్ని మరింత ఆనందించడం మరియు మనం వినే సంగీతం ఏమి సందేశాన్ని ప్రసారం చేస్తోందో అర్థం చేసుకోవడం సులభం.

చైకోవ్స్కీ యొక్క "స్వాన్ లేక్"

పీటర్ ఇలెచ్ చైకోవ్స్కీ రచించిన "స్వాన్ లేక్" అనేది ఒక ఒపేరా, ఇది ఒక యువరాణి ఒక దుష్ట మాయాజాలినిచే ఒక హంసగా మార్చబడిన కథను చెబుతుంది. యువరాణి ఒక యువకుడిని ప్రేమిస్తుంది, మరియు వారు ఒకరినొకరు కలిసి ఉండటానికి కష్టపడతారు. చివరికి, యువకుడు దుష్ట మాయాజాలినిని ఓడించి, యువరాణిని తిరిగి మానవురాలిగా మారుస్తాడు.

ఈ ఒపేరా దాని సుందరమైన సంగీతానికి ప్రసిద్ధి చెందింది, ఇది యువరాణి యొక్క ప్రేమ మరియు దుష్ట మాయాజాలిని యొక్క చెడు యొక్క భావాలను పండిస్తుంది. ఒపేరా యొక్క మొదటి అంశం, "వెల్లుగుల్లో స్వాన్ లేక్," యువరాణి యొక్క సౌందర్యం మరియు శాంతాన్ని చిత్రిస్తుంది. మరోవైపు, నాల్గవ అంశం, "ట్రెమోలోస్," దుష్ట మాయాజాలిని యొక్క బెదిరింపు మరియు శక్తిని సూచిస్తుంది.

బీథోవెన్ యొక్క ఐదవ సింఫనీ

లుడ్విగ్ వాన్ బీథోవెన్ రచించిన ఐదవ సింఫనీ అనేది ఒక సింఫనీ, ఇది ఒక బలమైన, ధ్వనితో ప్రారంభమవుతుంది, ఇది "అదృష్టం యొక్క థీమ్" అని పిలుస్తారు. ఈ థీమ్ సింఫనీ అంతటా పునరావృతమవుతుంది మరియు వివిధ రకాల భావోద్వేగాలను సూచిస్తుంది, వీటిలో ఆత్మవిశ్వాసం, నిరీక్షణ మరియు యుద్ధం ఉన్నాయి.

సింఫనీ యొక్క మొదటి అంశం యొక్క ప్రారంభ ధ్వని చాలా ప్రసిద్ధి చెందింది మరియు ఇది తరచుగా సినిమాలు మరియు టెలివిజన్ కార్యక్రమాలలో ఉపయోగించబడుతుంది. సింఫనీ

యొక్క మిగిలిన అంశాలు కూడా బలమైన మరియు భావోద్వేగపూరితమైనవి, మరియు అవి బీథోవెన్ యొక్క సృజనాత్మకత మరియు ప్రతిభను ప్రదర్శిస్తాయి.

ఈ రెండు సంగీత రచనలు బలమైన కథాంశాలను కలిగి ఉన్నాయి మరియు వివిధ రకాల భావోద్వేగాలను రేకెత్తిస్తాయి. అవి మానవ స్పృహ యొక్క శక్తి మరియు సౌందర్యాన్ని స్పృహించే సామర్థ్యాన్ని కలిగి ఉన్నాయి.

సంగీతం చెప్పే కథను గుర్తించడానికి దృష్టి సారించి వివిధ రచనలను వినడానికి పాఠకులను ప్రోత్సహించండి.

సంగీతం అనేది ఒక అద్భుతమైన సాధనం. ఇది మనకు ఆనందం, విచారం, కోపం, ప్రేమ మరియు ఇతర అనేక భావాలను అనుభవించడానికి అనుమతిస్తుంది. సంగీతం కూడా కథలు చెప్పగలదు.

సంగీతం ద్వారా కథలు చెప్పడానికి అనేక మార్గాలు ఉన్నాయి. ఒక మార్గం పాటలను ఉపయోగించడం. పాటలు తరచుగా ఒక కథను చెబుతాయి, దీనిని పాట యొక్క పదాలు మరియు సంగీతం రెండూ ద్వారా చెప్పవచ్చు.

మరొక మార్గం సంగీత రచనలను ఉపయోగించడం. సంగీత రచనలు కూడా కథలు చెప్పగలవు, కానీ అవి పాటల మాదిరిగా కాకుండా, వాటి కథను మాటల ద్వారా కాకుండా, సంగీతం మరియు లయ ద్వారా చెబుతాయి.

సంగీతం ద్వారా చెప్పే కథలను గుర్తించడానికి, మనం సంగీతం యొక్క వివిధ అంశాలను పరిగణించాలి. ఈ అంశాలలో టెంపో, రాగం, హార్మోనీ మరియు గతి ఉన్నాయి.

- టెంపో సంగీతం యొక్క వేగాన్ని సూచిస్తుంది. వేగవంతమైన టెంపో ఉత్సాహం మరియు ఉత్తేజం యొక్క భావాన్ని సృష్టించగలదు, అయితే నెమ్మదిగా టెంపో శాంతం మరియు విశ్రాంతి యొక్క భావాన్ని సృష్టించగలదు.
- రాగం సంగీతం యొక్క ధ్వని యొక్క ఎత్తును సూచిస్తుంది. లోతైన రాగాలు భయం మరియు విచారం

యొక్క భావాన్ని సృష్టించగలవు, అయితే ఎత్తైన రాగాలు ఆనందం మరియు ఉత్సాహం యొక్క భావాన్ని సృష్టించగలవు.

హార్మోనీ సంగీతం యొక్క ధ్వనుల కలయికను సూచిస్తుంది. కొన్ని హార్మోనీలు ప్రశాంతత మరియు శాంతం యొక్క భావాన్ని సృష్టించగలవు, అయితే ఇతర హార్మోనీలు ఉత్తేజం మరియు ఉద్వేగం యొక్క భావాన్ని సృష్టించగలవు.

గతి సంగీతం యొక్క ధ్వనుల యొక్క సౌందర్యాన్ని సూచిస్తుంది. కొన్ని గతిలు భయం మరియు విచారం యొక్క భావాన్ని సృష్టించగలవు, అయితే ఇతర గతిలు ఆనందం మరియు ఉత్సాహం యొక్క భావాన్ని సృష్టించగలవు.

ఈ అంశాలను పరిగణనలోకి తీసుకోవడం ద్వారా, మనం సంగీతం ద్వారా చెప్పే కథలను గుర్తించడంలో మరింత మెరుగ్గా ఉంటాము.

Chapter 5: Time Travel with Tunes - A Historical Adventure

అధ్యాయం 5: స్వరాల సాహసం - చరిత్ర గుండా ప్రయాణం

శాస్త్రీయ సంగీతంలోని వివిధ చారిత్రక కాలాల గుండా ప్రయాణం చేయండి

శాస్త్రీయ సంగీతం అనేది ఒక శక్తివంతమైన కళారూపం, ఇది వేలాది సంవత్సరాల నాటి చరిత్రను కలిగి ఉంది. ఈ కాలంలో, శాస్త్రీయ సంగీతం అనేక భిన్నమైన శైలులు మరియు దిశలలో అభివృద్ధి చెందింది. ఈ వ్యాసం, శాస్త్రీయ సంగీతంలోని వివిధ చారిత్రక కాలాల గుండా ఒక ప్రయాణాన్ని అందిస్తుంది.

ప్రారంభ శాస్త్రీయ సంగీతం (క్రీ.పూ. 800 - క్రీ.శ. 1400)

శాస్త్రీయ సంగీతం యొక్క మొదటి కాలాన్ని ప్రారంభ శాస్త్రీయ సంగీతం అని పిలుస్తారు. ఈ కాలం గ్రీస్ మరియు రోమ్‌లో ప్రారంభమైంది మరియు 14వ శతాబ్దం వరకు కొనసాగింది. ప్రారంభ శాస్త్రీయ సంగీతం మొదట మౌఖిక సంప్రదాయం ద్వారా ప్రసారం చేయబడింది, కానీ క్రమంగా సంగీత సిద్ధాంతం మరియు నోట్లను వ్రాయడంపై దృష్టి పెట్టడంతో, ఇది మరింత స్థిరమైన రూపాన్ని తీసుకుంది.

ప్రారంభ శాస్త్రీయ సంగీతం యొక్క కొన్ని ముఖ్యమైన లక్షణాలు:

ఇది పాలిఫోనిక్ సంగీతంపై దృష్టి పెట్టింది, ఇది ఒకేసారి అనేక ధ్వనులను వినడం.

ఇది మూడు ముఖ్యమైన స్కేల్‌లను ఉపయోగించింది: డోరియన్, ఫ్రిజియన్ మరియు మిక్సోలిడియన్.

ఇది సంగీత సిద్ధాంతంలో అనేక ముఖ్యమైన ఆవిష్కరణలకు దారితీసింది, వీటిలో టోనాల్టీ, ముఖ్యమైన మరియు ఉప ముఖ్యమైన స్కేల్‌లు మరియు హార్మోని సూత్రాలు ఉన్నాయి.

ప్రారంభ శాస్త్రీయ సంగీతంలో కొంతమంది ప్రముఖ కళాకారులు:

గ్రీస్‌లో, పైథాగరస్, క్సెరోఫోన్ మరియు అరిస్టోక్రేటుస్.

రోమ్‌లో, ఫ్లావియస్ జాన్సెన్స్ మరియు రికారడస్.

మధ్యయుగ సంగీతం (క్రీ.శ. 1400 - 1600)

మధ్యయుగ సంగీతం శాస్త్రీయ సంగీతంలో మరొక ముఖ్యమైన కాలం. ఈ కాలం యూరప్‌లో జరిగిన మతపరమైన మరియు సాంస్కృతిక మార్పులతో సమకాలీనంగా ఉంది.

ప్రారంభ యుగం

- గోడ్‌ఫ్రైడ్ షాకన్‌బర్గ్ (1685-1750): జర్మన్ బార్క్ యుగానికి చెందిన ప్రముఖ కంపోజర్. అతని అత్యంత ప్రసిద్ధ రచనలు "సూపర్‌సనాటా నంబర్ 14" (ది మూన్‌లైట్ సోనాటా), "సూపర్ సనాటా నంబర్ 23" (ది క్లారినెట్ సోనాటా), మరియు "అర్మేడ్స్" (ఒపెరా).
- జాన్ సెబాస్టియన్ బాచ్ (1685-1750): జర్మన్ బార్క్ యుగానికి చెందిన ప్రముఖ కంపోజర్. అతని అత్యంత ప్రసిద్ధ రచనలు "గోల్డెన్ బుక్ ఆఫ్ బ్లూస్", "బ్రెస్లా శిష్య సంగీతం", మరియు "ది మేస్టర్ ఆఫ్ ది ఛెంబర్".
- జాన్ డేవిడ్ హెండెల్ (1685-1759): జర్మన్ బార్క్ యుగానికి చెందిన ప్రముఖ కంపోజర్. అతని అత్యంత ప్రసిద్ధ రచనలు "మసాచుసెట్స్" (ఒపెరా), "రాక్సెస్" (ఒపెరా), మరియు "సూపర్‌సెల్లో" (ఒపెరా).

క్లాసికల్ యుగం

- జోసఫ్ హైడన్ (1732-1809): ఆస్ట్రియన్ క్లాసికల్ యుగానికి చెందిన ప్రముఖ కంపోజర్. అతని అత్యంత ప్రసిద్ధ రచనలు "ది ఫోర్ సీజన్స్" (స్వర సమూహం), "ది క్లియోపాత్రా సోనాటా" (సోనాటా), మరియు "ది టేల్లర్ ఆఫ్ గుసెల్‌హౌసెన్" (ఒపెరా).
- వోల్ఫ్‌గ్యాంగ్ అమేడేయస్ మోజార్ట్ (1756-1791): ఆస్ట్రియన్ క్లాసికల్ యుగానికి చెందిన ప్రముఖ కంపోజర్. అతని అత్యంత ప్రసిద్ధ రచనలు "ది రాయిన్ మెరియడ్" (ఒపెరా), "ది మ్యాజిక్ ఫ్లూట్" (ఒపెరా), మరియు "ది హేడెగాబాన్ సోనాటా" (సోనాటా).

లుడ్విగ్ వాన్ బీథోవెన్ (1770-1827): జర్మన్ క్లాసికల్ యుగానికి చెందిన ప్రముఖ కంపోజర్. అతని అత్యంత ప్రసిద్ధ రచనలు "ది ఫిఫ్త్ సింఫనీ", "ది నైటింగ్స్ డ్రీమ్", మరియు "ది టెర్రర్" (సోనాటా).

ప్రతి కాలానికి సంబంధించిన సంగీత శైలులు మరియు లక్షణాలు

సంగీతం అనేది మానవుడి అత్యంత ప్రాచీన కళారూపాలలో ఒకటి. ఇది కాలక్రమేణా వివిధ శైలులు మరియు లక్షణాలను అభివృద్ధి చేసుకుంది. ప్రతి కాలం తనదైన ప్రత్యేకమైన సంగీత శైలిని కలిగి ఉంటుంది, ఇది ఆ కాలపు సామాజిక, రాజకీయ మరియు సాంస్కృతిక పరిస్థితుల ద్వారా ప్రభావితమవుతుంది.

బరోక్ సంగీతం (1600-1750)

బరోక్ సంగీతం 17వ శతాబ్దంలో ఐరోపాలో ఉద్భవించిన ఒక సంగీత శైలి. ఇది భారీ, విస్తృతమైన శబ్దానికి ప్రసిద్ధి చెందింది. బరోక్ సంగీతంలో కీలక పాత్ర పోషించిన కొంతమంది కళాకారులు జాన్ సెబాస్టియన్ బాచ్, జోహన్ థేబల్, హెన్రిచ్ షుట్జ్.

బరోక్ సంగీతం యొక్క కొన్ని లక్షణాలు:

- భారీ, విస్తృతమైన శబ్దం
- క్లిష్టమైన హార్మోనీలు మరియు కౌంటర్పాయింట్
- భావోద్వేగపూరితమైన టెక్స్చర్
- శక్తివంతమైన రిథమ్‌లు

బరోక్ సంగీతం అనేక రకాల సంగీత రూపాలను కలిగి ఉంది, వీటిలో:

- ఒపెరా

ఒరాటోరియో

కన్సర్టో

సోనాటా

అర్కాటోరియో

క్లాసికల్ సంగీతం (1750-1820)

క్లాసికల్ సంగీతం 18వ శతాబ్దంలో ఐరోపాలో ఉద్భవించిన ఒక సంగీత శైలి. ఇది సమతుల్యత, సౌందర్యం మరియు ఆర్కిటెక్చరల్ నిర్మాణానికి ప్రసిద్ధి చెందింది. క్లాసికల్ సంగీతంలో కీలక పాత్ర పోషించిన కొంతమంది కళాకారులు మోజార్ట్, బీతోవెన్, హెడ్న్.

క్లాసికల్ సంగీతం యొక్క కొన్ని లక్షణాలు:

సమతుల్యమైన శబ్దం

సరళమైన హామోనీలు మరియు కాంట్రాపంట్

స్పష్టమైన టెక్స్చర్

సౌందర్యపూర్వకమైన రిథమ్‌లు

క్లాసికల్ సంగీతం అనేక రకాల సంగీత రూపాలను కలిగి ఉంది, వీటిలో:

సింఫనీ

స్ట్రింగ్ క్వార్టెట్

కోన్సర్టో గ్రాండే

- సోనాటా
- సెంటిమెంటల్ ఒపెరా

ప్రతి యుగం యొక్క ప్రత్యేకమైన శబ్దం మరియు స్ఫూర్తిని ప్రదర్శించే ప్రతికాత్మక రచనలు

సంగీతం అనేది మానవుడి అత్యంత ప్రాచీన కళారూపాలలో ఒకటి. ఇది కాలక్రమేణా వివిధ శైలులు మరియు లక్షణాలను అభివృద్ధి చేసుకుంది. ప్రతి కాలం తనదైన ప్రత్యేకమైన సంగీత శైలిని కలిగి ఉంటుంది, ఇది ఆ కాలపు సామాజిక, రాజకీయ మరియు సాంస్కృతిక పరిస్థితుల ద్వారా ప్రభావితమవుతుంది.

బరోక్ సంగీతం (1600-1750)

బరోక్ సంగీతం 17వ శతాబ్దంలో ఐరోపాలో ఉద్భవించిన ఒక సంగీత శైలి. ఇది భారీ, విస్తృతమైన శబ్దానికి ప్రసిద్ధి చెందింది. బరోక్ సంగీతంలో కీలక పాత్ర పోషించిన కొంతమంది కళాకారులు జాన్ సెబాస్టియన్ బాచ్, జోహన్ థేబల్, హెన్రిచ్ షుట్జ్.

బరోక్ సంగీతం యొక్క కొన్ని ప్రతికాత్మక రచనలు:

జాన్ సెబాస్టియన్ బాచ్ యొక్క సోనాటా నం. 1 లో బి మైనర్

ఈ సోనాటా బాచ్ యొక్క బరోక్ సంగీతానికి ఒక శ్రేష్ఠ ఉదాహరణ. ఇది భారీ, విస్తృతమైన శబ్దాన్ని కలిగి ఉంది మరియు క్లిష్టమైన హార్మోనీలు మరియు కాంట్రాపంట్‌ను ఉపయోగిస్తుంది.

జోహన్ థేబల్ యొక్క ఒపెరా "యూడోమాక్స్"

ఈ ఒపెరా బరోక్ సంగీతంలో ఒక క్లాసిక్. ఇది శక్తివంతమైన పాటలు, భారీ ఆర్కెస్ట్రా మరియు నాటకీయ కథను కలిగి ఉంది.

- హెన్రిచ్ షుట్జ్ యొక్క "షాపెన్‌హౌర్న్ సోనాటా"

ఈ సోనాటా బరోక్ సంగీతంలో ఒక అందమైన మరియు భావోద్వేగపూరితమైన రచన. ఇది షాపెన్‌హౌర్న్ యొక్క సొగసైన శబ్దాన్ని ఉపయోగిస్తుంది మరియు ప్రకృతి యొక్క శోభను వ్యక్తీకరిస్తుంది.

వివిధ యుగాల సంగీతాన్ని అన్వేషించండి మరియు మీ స్వంత అభిమానాలను కనుగొనండి

సంగీతం అనేది మానవుని అత్యంత ప్రాచీన మరియు ప్రాముఖ్యమైన కళలలో ఒకటి. ఇది మన భావాలను ప్రదర్శించడానికి, మనల్ని ప్రేరేపించడానికి మరియు మనల్ని విశ్రాంతి తీసుకోవడానికి ఉపయోగించవచ్చు. సంగీతం యొక్క శక్తిని తెలుసుకోవడానికి, వివిధ యుగాల సంగీతాన్ని అన్వేషించడం చాలా ముఖ్యం.

వివిధ యుగాల సంగీతం నుండి ఏమి నేర్చుకోవచ్చు?

వివిధ యుగాల సంగీతం నుండి నేర్చుకోవడానికి అనేక విషయాలు ఉన్నాయి. మొదట, ఇది మనకు సంగీత చరిత్ర గురించి తెలుసుకోవడంలో సహాయపడుతుంది. మనం వివిధ సంగీత శైలులను ఎలా అభివృద్ధి చేశామో మరియు వాటి ప్రభావం ఎలా ఉంది అనే దాని గురించి మనం తెలుసుకోవచ్చు.

రెండవది, వివిధ యుగాల సంగీతం నుండి మనం వివిధ సంస్కృతుల గురించి తెలుసుకోవచ్చు. ప్రతి యుగం మరియు ప్రాంతానికి దాని స్వంత సంగీత శైలి ఉంటుంది, ఇది ఆ సంస్కృతి యొక్క చరిత్ర మరియు సాంప్రదాయాలను ప్రతిబింబిస్తుంది.

మూడవది, వివిధ యుగాల సంగీతం నుండి మనం మన స్వంత అభిరుచులను అభివృద్ధి చేయడంలో సహాయపడుతుంది. మనం వివిధ రకాల సంగీతాన్ని వినడం ద్వారా, మనం ఏది ఇష్టమో తెలుసుకోవడానికి మరియు మన

స్వంత సంగీత పుస్తకాన్ని సృష్టించడానికి మనం స్పష్టమైన చిత్రాన్ని పొందవచ్చు.

వివిధ యుగాల సంగీతాన్ని ఎలా అన్వేషించాలి?

వివిధ యుగాల సంగీతాన్ని అన్వేషించడానికి అనేక మార్గాలు ఉన్నాయి. మీరు మీ ప్రాంతంలోని స్థానిక సంగీత కళాశాలలు లేదా సంగీత సంస్థలను సంప్రదించవచ్చు. వారు సంగీత చరిత్ర పాఠాలు లేదా కచేరీలను అందిస్తుంటారు, ఇవి మీకు వివిధ యుగాల సంగీతం గురించి తెలుసుకోవడానికి మంచి మార్గం.

మీరు మీ స్వంతంగా సంగీతం అన్వేషించడానికి కూడా ప్రయత్నించవచ్చు. మీరు మీకు ఇష్టమైన సంగీత కళాకారులను కనుగొని, వారి రికార్డులను లేదా కచేరీలను వినవచ్చు. మీరు వివిధ శైలుల సంగీతం యొక్క కంపిలేషన్లను కూడా కనుగొనవచ్చు, ఇవి మీకు కొత్త సంగీతాన్ని కనుగొనడంలో సహాయపడతాయి.

Chapter 6: Beyond the Concert Hall - Music in Our Lives

అధ్యాయం 6: కచేరి హాల్ దాటి - మన జీవితాల్లో సంగీతం

కచేరి హాల్ దాటి శాస్త్రీయ సంగీతం

శాస్త్రీయ సంగీతం అనేది సంగీత యొక్క ఒక రూపం, ఇది సాంప్రదాయంగా కచేరీ హాల్‌లలో ప్రదర్శించబడుతుంది. అయితే, గత కొన్ని దశాబ్దాలుగా, శాస్త్రీయ సంగీతం కచేరి హాల్ లకు మించి విస్తరించింది. ఇది వివిధ రకాల వాతావరణాలలో మరియు సందర్భాలలో ఉపయోగించబడుతోంది మరియు అనుభవించబడుతోంది.

కచేరి హాల్‌లకు మించి శాస్త్రీయ సంగీతం యొక్క కొన్ని ఉపయోగాలు:

సినిమాల్లో మరియు టెలివిజన్‌లో: శాస్త్రీయ సంగీతం తరచుగా సినిమాల్లో మరియు టెలివిజన్ షోలలో ఉపయోగించబడుతుంది. ఇది భావోద్వేగాలు లేదా వాతావరణాన్ని రూపొందించడానికి ఉపయోగించబడుతుంది. ఉదాహరణకు, హాస్య సినిమాలో శాస్త్రీయ సంగీతం ఉపయోగించబడితే, అది హాస్యాన్ని పెంచుతుంది. ట్రాజెడీ సినిమాలో శాస్త్రీయ సంగీతం ఉపయోగించబడితే, అది భావోద్వేగాలను మరింత బలంగా చేస్తుంది.

- విద్యలో: శాస్త్రీయ సంగీతం తరచుగా విద్యలో ఉపయోగించబడుతుంది. ఇది విద్యార్థులకు సంగీతం యొక్క పునాదిని నేర్పడానికి ఉపయోగించబడుతుంది. ఉదాహరణకు, పాఠశాలల్లో శాస్త్రీయ సంగీతం యొక్క చరిత్ర మరియు సిద్ధాంతం బోధించబడుతుంది.

- థెరపీలో: శాస్త్రీయ సంగీతం తరచుగా థెరపీలో ఉపయోగించబడుతుంది. ఇది మానసిక ఆరోగ్యం మరియు శారీరక ఆరోగ్యాన్ని మెరుగుపరచడానికి ఉపయోగించబడుతుంది. ఉదాహరణకు, శాస్త్రీయ సంగీతం వినడం ఒత్తిడిని తగ్గించడంలో మరియు మానసిక స్థితిని మెరుగుపరచడంలో సహాయపడుతుంది.

- సాంస్కృతిక కార్యక్రమాల్లో: శాస్త్రీయ సంగీతం తరచుగా సాంస్కృతిక కార్యక్రమాల్లో ఉపయోగించబడుతుంది. ఇది సంస్కృతిని ప్రదర్శించడానికి మరియు వారసత్వాన్ని కాపాడుకోవడానికి ఉపయోగించబడుతుంది. ఉదాహరణకు, ఒక దేశం యొక్క జాతీయ గీతం శాస్త్రీయ సంగీతం రూపంలో ఉంటుంది.

సినిమాలు, టీవీ షోలు, వీడియో గేమ్‌లు, ప్రకటనలలో శాస్త్రీయ సంగీతం ఉనికి

శాస్త్రీయ సంగీతం అనేది ఒక సుదీర్ఘమైన మరియు సంక్లిష్టమైన చరిత్ర కలిగిన ఒక క్లిష్టమైన కళా రూపం. ఇది తరచుగా ఒక ఎలిటైట్ ఫార్మాట్గా పరిగణించబడుతుంది, కానీ ఇది గత కొన్ని దశాబ్దాలుగా ప్రజాదరణ పొందింది. ఈ పెరుగుతున్న ప్రజాదరణలో భాగంగా, శాస్త్రీయ సంగీతం సినిమాలు, టీవీ షోలు, వీడియో గేమ్‌లు మరియు ప్రకటనల వంటి ప్రజాదరణ పొందిన మీడియాలో కనిపించడం పెరిగింది.

సినిమాల్లో శాస్త్రీయ సంగీతం

సినిమాల్లో శాస్త్రీయ సంగీతం ఉపయోగించడం ఒక శతాబ్దానికి పైగా ఉంది. 1927లో, స్వీడిష్ దర్శకుడు ఇంగ్మార్ బర్గ్మన్ తన చిత్రం "ది సైలెన్స్" లో బెథోవెన్ యొక్క "మెసా ఇన్ సి మైనర్" ను ఉపయోగించాడు. ఈ చిత్రం శాస్త్రీయ సంగీతాన్ని సినిమాలో ఉపయోగించడానికి ఒక ముఖ్యమైన మైలురాయిగా పరిగణించబడుతుంది.

1950ల మరియు 1960లలో, శాస్త్రీయ సంగీతం సినిమాల్లో మరింత సాధారణంగా ఉపయోగించడం ప్రారంభమైంది. ఈ కాలంలో, చాలా ప్రసిద్ధ సినిమాల్లో శాస్త్రీయ సంగీతం ఉపయోగించబడింది, వీటిలో "2001: అ స్పేస్ ఒడిసీ", "ది షాషాంక్ రెడెంప్షన్", మరియు "ది గోల్డ్‌ఫింగర్" ఉన్నాయి.

1970ల నుండి, శాస్త్రీయ సంగీతం సినిమాల్లో మరింత సృజనాత్మకమైన మరియు ఆవిష్కరణాత్మకమైన విధంగా ఉపయోగించడం ప్రారంభమైంది. ఈ కాలంలో, శాస్త్రీయ

సంగీతాన్ని సినిమా యొక్క వాతావరణాన్ని సృష్టించడానికి, కథను అభివృద్ధి చేయడానికి లేదా పాత్రలను అభివృద్ధి చేయడానికి ఉపయోగించడం ప్రారంభించారు.

ఈ రోజు, శాస్త్రీయ సంగీతం సినిమాల్లో చాలా సాధారణంగా ఉపయోగించబడుతుంది. చాలా హాలీవుడ్ సినిమాల్లో శాస్త్రీయ సంగీతం ఉపయోగించబడుతుంది, మరియు చాలా ప్రపంచ సినిమాల్లో కూడా దీనిని ఉపయోగిస్తారు.

థెరపీ, విద్య, విశ్రాంతి పద్ధతులలో శాస్త్రీయ సంగీతం యొక్క ఉపయోగం

శాస్త్రీయ సంగీతం అనేది ఒక ప్రత్యేకమైన మరియు అద్భుతమైన కళ. ఇది మన మనస్సు, శరీరం మరియు ఆత్మను ప్రభావితం చేయగల సామర్థ్యాన్ని కలిగి ఉంది. థెరపీ, విద్య మరియు విశ్రాంతి పద్ధతులలో శాస్త్రీయ సంగీతాన్ని ఉపయోగించడానికి అనేక మార్గాలు ఉన్నాయి.

థెరపీలో శాస్త్రీయ సంగీతం

శాస్త్రీయ సంగీతం అనేది ఒక శక్తివంతమైన థెరప్యూటిక్ సాధనం. ఇది ఒత్తిడిని తగ్గించడంలో, ఆందోళనను తగ్గించడంలో మరియు మానసిక ఆరోగ్యాన్ని మెరుగుపరచడంలో సహాయపడుతుంది.

ఒత్తిడిని తగ్గించడం: శాస్త్రీయ సంగీతం వినడం వల్ల ఒత్తిడి హార్మోన్ల స్థాయిలు తగ్గుతాయి. ఇది మనస్సును ప్రశాంతపరచడంలో మరియు ఒత్తిడిని తగ్గించడంలో సహాయపడుతుంది.

ఆందోళనను తగ్గించడం: శాస్త్రీయ సంగీతం వినడం వల్ల ఆందోళన స్థాయిలు తగ్గుతాయి. ఇది మనస్సును శాంతపరచడంలో మరియు ఆందోళనను తగ్గించడంలో సహాయపడుతుంది.

మానసిక ఆరోగ్యాన్ని మెరుగుపరచడం: శాస్త్రీయ సంగీతం వినడం వల్ల మానసిక ఆరోగ్యం మెరుగుపడుతుంది. ఇది శ్రద్ధ, గుర్తుంచుకోవడం మరియు సృజనాత్మకతను మెరుగుపరచడంలో సహాయపడుతుంది.

శాస్త్రీయ సంగీతాన్ని థెరపీలో ఉపయోగించే అనేక విధాలు ఉన్నాయి. ఒక మార్గం శాస్త్రీయ సంగీతాన్ని వినిపించడం. మరొక మార్గం శాస్త్రీయ సంగీతాన్ని ప్రదర్శించడం. శాస్త్రీయ సంగీతాన్ని థెరపీలో ఉపయోగించడానికి కొన్ని ఉదాహరణలు ఇక్కడ ఉన్నాయి:

- ఒత్తిడిని తగ్గించడానికి: ఒత్తిడితో బాధపడే వ్యక్తులకు శాస్త్రీయ సంగీతం వినిపించవచ్చు. శాస్త్రీయ సంగీతం వినడం వల్ల ఒత్తిడి హార్మోన్ల స్థాయిలు తగ్గుతాయి మరియు మనస్సును ప్రశాంతపరచడంలో సహాయపడుతుంది.
- ఆందోళనను తగ్గించడానికి: ఆందోళనతో బాధపడే వ్యక్తులకు శాస్త్రీయ సంగీతం వినిపించవచ్చు. శాస్త్రీయ సంగీతం వినడం వల్ల ఆందోళన స్థాయిలు తగ్గుతాయి మరియు మనస్సును శాంతపరచడంలో సహాయపడుతుంది.

శాస్త్రీయ సంగీతాన్ని మీ రోజువారీ జీవితంలో చేర్చండి

శాస్త్రీయ సంగీతం అనేది ఒక అద్భుతమైన కళ. ఇది మన మనస్సు, శరీరం మరియు ఆత్మను ప్రభావితం చేయగల సామర్థ్యాన్ని కలిగి ఉంది. థెరపీ, విద్య మరియు విశ్రాంతి పద్ధతులలో శాస్త్రీయ సంగీతాన్ని ఉపయోగించడానికి అనేక మార్గాలు ఉన్నాయి.

శాస్త్రీయ సంగీతాన్ని మీ రోజువారీ జీవితంలో చేర్చడానికి కొన్ని మార్గాలు ఇక్కడ ఉన్నాయి:

ప్రతిరోజూ కొంత సమయం శాస్త్రీయ సంగీతం వినండి. ఇది మీ రోజును ప్రారంభించడానికి, మీరు పని చేస్తున్నప్పుడు లేదా మీరు విశ్రాంతి తీసుకునేటప్పుడు ఉత్తమ సమయం. మీరు మీరు ఇష్టపడే శాస్త్రీయ సంగీతాన్ని ఎంచుకోవచ్చు లేదా కొత్త శాస్త్రీయ సంగీతాన్ని అన్వేషించవచ్చు.

శాస్త్రీయ సంగీతానికి సంబంధించిన కార్యక్రమాలకు హాజరవ్వండి. ఇది మీరు శాస్త్రీయ సంగీతాన్ని చూడటానికి, వినడానికి మరియు ఇతరులతో పంచుకోవడానికి ఒక గొప్ప మార్గం. మీరు మీ ప్రాంతంలోని ఒక ఒపెరా హౌస్, ఫిల్హార్మోనిక్ ఆర్కెస్ట్రా లేదా ఇతర సంగీత సంస్థలను తనిఖీ చేయవచ్చు.

మీరు శాస్త్రీయ సంగీతాన్ని నేర్చుకోండి. ఇది మీకు శాస్త్రీయ సంగీతం గురించి మరింత తెలుసుకోవడానికి మరియు దానిని మరింత ఆస్వాదించడానికి సహాయపడుతుంది. మీరు మీరు నేర్చుకోవాలనుకుంటున్న సంగీత వాయిద్యాన్ని ఎంచుకోవచ్చు లేదా శాస్త్రీయ సంగీత చరిత్ర లేదా సిద్ధాంతం గురించి ఒక తరగతి తీసుకోవచ్చు.

శాస్త్రీయ సంగీతాన్ని ఇతరులతో పంచుకోండి. మీరు మీ స్నేహితులు లేదా కుటుంబ సభ్యులతో శాస్త్రీయ సంగీతాన్ని వినవచ్చు, లేదా మీరు మీ స్వంత శాస్త్రీయ సంగీత కచేరీని నిర్వహించవచ్చు.

శాస్త్రీయ సంగీతాన్ని మీ రోజువారీ జీవితంలో చేర్చడానికి మీ స్వంత మార్గాలను కనుగొనండి. మీరు ఏమి చేయాలనుకుంటున్నారో చూడండి మరియు మీకు సరైనది కనుగొనండి.

ఇక్కడ కొన్ని చిట్కాలు ఉన్నాయి:

- శాస్త్రీయ సంగీతాన్ని ఆస్వాదించడానికి మీరు ఒక నిర్దిష్ట కాలాన్ని కేటాయించండి. ఇది మీరు శాస్త్రీయ సంగీతం వినడానికి మరియు దానిపై దృష్టి పెట్టడానికి సమయాన్ని కలిగి ఉండటానికి సహాయపడుతుంది.

Chapter 7: Meet the Musicians - A Glimpse into the World of Performers

అధ్యాయం 7: స్వర కళాకారులు - కళాకారుల లోకంలోకి చూపు

శాస్త్రీయ సంగీతకారుల జీవితాలు, వృత్తులు

శాస్త్రీయ సంగీతకారులు అనేక రకాల ప్రతిభావంతులు. వారు సంగీతాన్ని సృష్టించడంలో, ప్రదర్శించడంలో మరియు బోధించడంలో నిపుణులు. శాస్త్రీయ సంగీతకారుల జీవితాలు మరియు వృత్తులు కష్టపడి పని చేయడం, అంకితభావం మరియు కృషిని కోరుకుంటాయి.

శాస్త్రీయ సంగీతకారుల జీవితాలు

శాస్త్రీయ సంగీతకారుల జీవితాలు తరచుగా సంగీతం చుట్టూ తిరుగుతాయి. వారు తరచుగా పిల్లలగా సంగీతం అభ్యసించడం ప్రారంభిస్తారు మరియు వారి జీవితాలను సంగీతానికి అంకితం చేస్తారు. శాస్త్రీయ సంగీతకారులు తరచుగా ప్రయాణించాల్సి ఉంటుంది, కచేరీలకు మరియు ఇతర సంగీత సంఘటనలకు హాజరు కావాలి. వారు తరచుగా కఠినమైన శిక్షణ మరియు పని షెడ్యూళ్లను కలిగి ఉంటారు.

శాస్త్రీయ సంగీతకారుల వృత్తులు

శాస్త్రీయ సంగీతకారులు తమ వృత్తిని అనేక విభిన్న రంగాలలో కొనసాగించవచ్చు. కొంతమంది సంగీతకారులు కొత్త సంగీతాన్ని సృష్టించడంపై దృష్టి పెడతారు. వారు కొత్త

సింఫనీలు, కోన్సర్టోలు లేదా ఇతర సంగీత రచనలను వ్రాయవచ్చు. ఇతర సంగీతకారులు ప్రదర్శనపై దృష్టి పెడతారు. వారు సంగీతకారులుగా, గాయకులుగా లేదా నృత్యకారులుగా ప్రదర్శించవచ్చు. మరికొందరు సంగీతకారులు బోధనపై దృష్టి పెడతారు. వారు సంగీత పాఠశాలలు లేదా విశ్వవిద్యాలయాలలో సంగీతం నేర్పవచ్చు.

శాస్త్రీయ సంగీతకారులకు అవసరమైన నైపుణ్యాలు

శాస్త్రీయ సంగీతకారులుగా విజయవంతం కావడానికి, సంగీతకారులు కొన్ని కీలక నైపుణ్యాలను కలిగి ఉండాలి. వీటిలో ఉన్నాయి:

- సంగీత నైపుణ్యం: శాస్త్రీయ సంగీతకారులు తమ సంగీత వాయిద్యంపై మంచి నైపుణ్యాన్ని కలిగి ఉండాలి. వారు సమయాన్ని కీలకంగా ఉంచగలగాలి మరియు సంక్లిష్టమైన మ్యూజికల్ భాగాలను ప్లే చేయగలగాలి.
- సృజనాత్మకత: శాస్త్రీయ సంగీతకారులు సృజనాత్మకంగా ఉండాలి. వారు కొత్త సంగీతాన్ని సృష్టించగలగాలి లేదా ఇతరుల సృజనాత్మకతను అర్థం చేసుకోగలగాలి.

వృత్తిపరమైన సంగీతకారుడు కావడానికి అవసరమైన అంకితభావం, నైపుణ్యం, ఉత్సాహం

వృత్తిపరమైన సంగీతకారుడు కావడం అనేది ఒక కష్టతరమైన మరియు సవాలుతో కూడుకున్న కెరీర్. ఇది సంగీతంపై తీవ్రమైన అంకితభావం, నైపుణ్యం మరియు ఉత్సాహాన్ని అవసరం.

అంకితభావం

వృత్తిపరమైన సంగీతకారుడు కావాలనుకునే వ్యక్తి తన సంగీతంపై తీవ్రమైన అంకితభావాన్ని కలిగి ఉండాలి. ఇది అర్థం, అతను లేదా ఆమె తన సంగీతాన్ని అభివృద్ధి చేయడానికి మరియు మెరుగుపరచడానికి చాలా సమయం మరియు కృషిని పెట్టుబడి చేస్తాడు. అతను లేదా ఆమె తన సంగీతాన్ని ప్రేక్షకులతో పంచుకోవడానికి కూడా అంకితభావం కలిగి ఉండాలి.

నైపుణ్యం

వృత్తిపరమైన సంగీతకారుడు కావాలనుకునే వ్యక్తి తన సంగీత సాధనంలో నైపుణ్యం కలిగి ఉండాలి. ఇది అర్థం, అతను లేదా ఆమె తన సంగీత వాయిద్యం లేదా గాత్రంపై ప్రాథమిక స్థాయి నైపుణ్యాన్ని కలిగి ఉండాలి. అతను లేదా ఆమె తన సంగీత నైపుణ్యాలను మెరుగుపరచడానికి కృషి చేయాలి, కొత్త విషయాలు నేర్చుకోవాలి మరియు తన సామర్థ్యాలను పరిమితం చేయకూడదు.

ఉత్సాహం

వృత్తిపరమైన సంగీతకారుడు కావాలనుకునే వ్యక్తి తన సంగీతంపై తీవ్రమైన ఉత్సాహాన్ని కలిగి ఉండాలి. ఇది అర్థం, అతను లేదా ఆమె తన సంగీతాన్ని ప్రేమిస్తాడు మరియు దాని గురించి చాలా ఉత్సాహంగా ఉంటాడు. అతను లేదా ఆమె తన సంగీతాన్ని ప్రేక్షకులతో పంచుకోవడానికి సంతోషంగా ఉంటాడు.

అంకితభావం, నైపుణ్యం మరియు ఉత్సాహంతో పాటు, వృత్తిపరమైన సంగీతకారుడు కావాలనుకునే వ్యక్తి కింది లక్షణాలను కూడా కలిగి ఉండాలి:

- సృజనాత్మకత: వృత్తిపరమైన సంగీతకారులు కొత్త సంగీతాన్ని సృష్టించడానికి మరియు ప్రేక్షకులను ఆకట్టుకోవడానికి సామర్థ్యం కలిగి ఉండాలి.
- పనితీరు: వృత్తిపరమైన సంగీతకారులు ప్రదర్శనలను ఇవ్వడానికి మరియు ప్రేక్షకుల ముందు నటించడానికి సామర్థ్యం కలిగి ఉండాలి.

వివిధ రకాల సంగీతకారులతో ఇంటర్వ్యూలు లేదా ప్రొఫైల్స్

వాద్య కళాకారులతో ఇంటర్వ్యూలు

ఇంటర్వ్యూ 1: శ్రీకాంత్ భాస్కర్

శ్రీకాంత్ భాస్కర్ ఒక ప్రముఖ సినిమా సంగీత దర్శకుడు. అతను తెలుగు, తమిళం, మలయాళం, హిందీ భాషలలో అనేక విజయవంతమైన చిత్రాలకు సంగీతం అందించాడు. అతను భారతీయ సంగీతం, పాశ్చాత్య సంగీతం, జాజ్ సంగీతం మరియు ఎలక్ట్రానిక్ సంగీతం వంటి వివిధ రకాల సంగీతాలను అభ్యసించాడు. అతను తన సంగీతంలో వివిధ సంస్కృతుల నుండి ప్రభావాలను కలుపుతూ ఉంటాడు.

ప్రశ్న: మీరు సంగీతంతో మీ ప్రయాణం ఎలా ప్రారంభించారు?

శ్రీకాంత్ భాస్కర్: నేను చిన్నతనం నుండి సంగీతంతో మమ్మేత్వం చూపించాను. నా నాన్న ఒక సంగీతకారుడు, మరియు అతను నాకు సంగీతం నేర్పించాడు. నేను 10 సంవత్సరాల వయస్సులోనే నా మొదటి సంగీత కచేరీని ఇచ్చాను.

ప్రశ్న: మీరు ఏ రకమైన సంగీతాన్ని ఎక్కువగా ఆస్వాదిస్తారు?

శ్రీకాంత్ భాస్కర్: నేను వివిధ రకాల సంగీతాన్ని ఆస్వాదిస్తాను. భారతీయ సంగీతం, పాశ్చాత్య సంగీతం, జాజ్ సంగీతం మరియు ఎలక్ట్రానిక్ సంగీతం నాకు ఇష్టం. నేను ఈ రకాల

సంగీతాల నుండి ప్రభావాలను తీసుకొని నా స్వంత సంగీతాన్ని సృష్టించడానికి ప్రయత్నిస్తాను.

ప్రశ్న: మీరు ఒక చిత్రానికి సంగీతం అందించేటప్పుడు మీరు ఎలాంటి ప్రణాళికను అనుసరిస్తారు?

శ్రీకాంత్ భాస్కర్: మొదట, నేను చిత్రం యొక్క కథను చదివి, దాని భావోద్వేగాలను అర్థం చేసుకోవడానికి ప్రయత్నిస్తాను. తరువాత, నేను చిత్రంలోని ప్రతి పాత్రకు సంబంధించిన సంగీతాన్ని రూపొందిస్తాను. చివరగా, నేను చిత్రానికి సమగ్రమైన సంగీతాన్ని అందిస్తాను.

ప్రశ్న: మీరు సంగీతం ద్వారా ప్రజలకు ఏమి చెప్పాలనుకుంటున్నారు?

శ్రీకాంత్ భాస్కర్: సంగీతం ఒక అద్భుతమైన భాష. ఇది ప్రజల హృదయాలను తాకగలదు మరియు వారి జీవితాలను మార్చగలదు. నేను నా సంగీతం ద్వారా ప్రజలకు ఆనందాన్ని మరియు ప్రేమను పంచుకోవాలనుకుంటున్నాను.

శాస్త్రీయ కళాకారుల కళాత్మకత, ప్రతిభలను అభినందించండి

శాస్త్రీయ కళ ఒక అద్భుతమైన రూపం. ఇది మనకు స్వర్గాన్ని, భూమిని, మరియు మన మధ్య ఉన్న ప్రపంచాన్ని అందంగా చూపిస్తుంది. శాస్త్రీయ కళాకారులు తమ కళ ద్వారా మనకు ఆనందాన్ని, ఉత్తేజాన్ని, మరియు ఆలోచనలను అందిస్తారు.

శాస్త్రీయ కళాకారుల కళాత్మకత మరియు ప్రతిభలను మనం అభినందించాలి. వారి కృషి మరియు అంకితభావాన్ని మనం గౌరవించాలి. శాస్త్రీయ కళ మన జీవితాన్ని మెరుగుపరుస్తుంది. ఇది మనకు అందాన్ని, సౌందర్యాన్ని, మరియు ఆలోచనాత్మకతను నేర్పిస్తుంది.

శాస్త్రీయ కళాకారుల కళాత్మకత, ప్రతిభలను అభినందించడానికి కొన్ని మార్గాలు ఇక్కడ ఉన్నాయి:

వారి కళను చూడండి. శాస్త్రీయ కళాశాలలు, మ్యూజియంలు, మరియు ఇతర ప్రదేశాలలో వారి కళను చూడండి.

వారి కళ గురించి తెలుసుకోండి. వారి జీవితాలు, వారి పనితీరు, మరియు వారి కళాత్మక దృక్పథాల గురించి తెలుసుకోండి.

వారి కళను ప్రోత్సహించండి. వారి కళను ఇతరులతో పంచుకోండి. వారి కళకు మద్దతు ఇవ్వండి.

శాస్త్రీయ కళాకారుల కళాత్మకత, ప్రతిభలను అభినందించడం ద్వారా, మనం మన సమాజాన్ని మరింత అందంగా మరియు ఆహ్లాదకరంగా మార్చవచ్చు.

శాస్త్రీయ కళాకారుల కళాత్మకత, ప్రతిభలను అభినందించడానికి కొన్ని ఉదాహరణలు

- ఒక రోజు, మీరు ఒక శాస్త్రీయ కళాశాలకు వెళ్లి, అక్కడని కళాకారుల కళను చూడండి. వారి కళ గురించి తెలుసుకోండి. వారి కళను ప్రశంసించండి.

- మీరు ఒక మ్యూజియంకు వెళ్లి, అక్కడని శాస్త్రీయ కళను చూడండి. మీకు నచ్చిన ఒక కళాకృతిని ఎంచుకోండి. దాని గురించి ఒక పద్యం లేదా కథ వ్రాయండి.

- మీరు ఒక శాస్త్రీయ కళాకారిని కలుసుకుంటే, వారితో వారి కళ గురించి మాట్లాడండి. వారి కళాత్మక దృక్పథాలను అర్థం చేసుకోండి.

శాస్త్రీయ కళాకారుల కళాత్మకత, ప్రతిభలను అభినందించడం ద్వారా, మనం వారి కృషికి గుర్తింపు ఇవ్వడమే కాకుండా, మన సమాజానికి మరింత సౌందర్యాన్ని మరియు ఆనందాన్ని అందించడంలో సహాయపడతాము.

www.ingramcontent.com/pod-product-compliance
Lightning Source LLC
LaVergne TN
LVHW052001060526
838201LV00059B/3780